पानिपतचे रणांगण

विश्वास पाटील

मेहता पब्लिशिंग हाऊस

◆ *या पुस्तकातील लेखकाची मते, घटना, वर्णने ही त्या लेखकाची असून त्याच्याशी प्रकाशक सहमत असतीलच असे नाही.*

PANIPATCHE RANANGAN by VISHWAS PATIL

पानिपतचे रणांगण : विश्वास पाटील / नाटक

© Vishwas Patil

रजिस्ट्रेशन नं. डीआरएन १८७

author@mehtapublishinghouse.com

संस्थापक	: अनिल मेहता आणि सुनील मेहता
प्रकाशक	: मेहता पब्लिशिंग हाऊस प्रा. लि.
	१९४१, सदाशिव पेठ, माडीवाले कॉलनी, पुणे – ३०
मुखपृष्ठ	: सतीश भावसार
प्रकाशनकाल	: पहिली आवृत्ती : १९९९ /
	मेहता पब्लिशिंग हाऊस प्रा. लि.ची दुसरी आवृत्ती : जून, २०२२

P Book ISBN 9789392482700
E Book ISBN 9789392482762
E Books available on : amazonkindle  Apple Books  Google Play Books

---

* पायरेटेड पुस्तकांची खरेदी-विक्री हा कायद्याने गुन्हा आहे आणि अशा गुन्ह्याविरोधात कायदेशीर कारवाई होऊ शकते.

एक नाटकीय दिव्य

'युद्धस्य कथा रम्या' हे तर खरंच; पण त्या पाहायला, ऐकायला. कुठेही घेऊन जाणाऱ्या कॅमेऱ्याच्या, मनाच्या माध्यमातून पाहायला आणि श्रवणाद्वारे कानी पडायला; पण ३०×४०च्या रंगमंचीय तुकड्यावर महायुद्धाचा इतिहास एकाच वेळी सादर करावा कैचा?

अजूनपर्यंत आमच्या ऐतिहासिक नाटकांतून झुळझुळीत, रंगीबेरंगी पोषाखाचा थाट होता. आवाजातील आरोहा-अवरोहाचे गोळीबार होते. धारदार संवादांची खणाखणी होती. खदिरांगारासारख्या डोळ्यांच्या तोफा होत्या; पण त्याहून सर्वांत महत्त्वाचं म्हणजे ते लढाई म्हणून आणि छोट्या लढाईसाठीच. पानिपतचं होतं ते प्रत्यक्ष युद्धच. रणसंग्राम. हे सगळं त्या रंगमंचीय चौकटीत दाखवायचं कसं?

विश्वास पाटील यांची कादंबरी पाचशे पृष्ठांची. अवकाश आकाशाचा आणि प्रदेश उत्तरेचा. सपाटीचा. इकडून तिकडून दहा दिशांनी पसरलेला.

या कादंबरीत काय नाही? मोहिमेला निघालेलं हजारोंचं सैन्य आहे. ते आगेकूच कसे करत होते त्या त्या मार्गाचा भूगोल आहे. प्रदेशाचं वर्णन आहे. हत्ती आहेत; ते कसे सजवले याचं वर्णन आहे. घोड्यांची संख्या आहे, त्यांची वेगवेगळी नावं आहेत. तोफा आहेत. तोफची आहेत. तोफा ओढून बैल कसे दमले, मध्येच कसे बसले, दुसरे कसे आणले हेही आहे. छावण्या कशा कशा, कुठे कुठे पडल्या त्याची वर्णने आहेत. तंबू, राहुट्या, डेरे यांची शब्दचित्रे आहेत. जाताना वाटेत थंडी कशी पडली, धुकं कसं होतं, ते किती वाजेपर्यंत होतं, त्यामुळे सैनिकांची काय स्थिती झाली, योग्य वेळी धनप्राप्ती न झाल्यामुळे सैनिकांचे पगार कसे राहिले, सैन्यात उपासमार कशी झाली, यमुनेच्या पाण्याने कसा जोर धरला, अशा घटनांची

पुनरुक्ती आहे; पण या पुनरुक्तीमध्येही युद्ध वातावरण– दुर्बिणीतून चोहोबाजूंनी पाहिल्याचा भास आहे. सुतरनळे आहेत, जुंबरेही आहेत. हत्यारं किती प्रकारची होती, ते कशी बनवत होते हेसुद्धा आहे. लढणाऱ्या लाखभर सैनिकांच्या या मोहिमेबरोबर राजवंशातल्या स्त्रिया, सरदारांच्या बायका, फडवाले, गोसावी, बाजारबुणगे आणि फुकट तीर्थयात्रा पदरात पाडण्यासाठी निघालेले भट-भिक्षुक सुमारे चाळीस हजार आहेत. निरनिराळ्या ठिकाणी केलेली धर्मकृत्यं, ब्राह्मणभोजनं, दानधर्म यांची चटकदार आणि उदार वर्णनं आहेत. रमणे आहेत. कुंजपुऱ्याचा संग्राम कसा घनघोर होता, तिथून धन कसं आणलं याच्या तपशीलाबरोबरच, एके ठिकाणचं धन थंडीच्या भयानक कुडकुडातून, कंबरेला, कानाला कांबळी बांधून आणण्याचा प्रयत्न कसा अयशस्वी झाला, त्याचे अंगावर शहारे आणणारे अक्षरचित्र आहे. कालवे आहेत. खलिते आहेत. त्यांना तितक्याच बाणेदारपणे दिलेली उत्तरे आहेत. शत्रूला जरब बसवणारं राजकारण आहे. कादंबरीकार तुमच्या डोळ्यांसमोर अगदी दुसऱ्या जागतिक महायुद्धासारखं युद्धच उभं करतो.

श्रीमंत नानासाहेब पेशवे, त्यांचा मुलगा विश्वासराव, भाऊसाहेब, गोपिकाबाई, पार्वतीबाई, शिंदे-होळकर, राघोबादादा, इब्राहिम गारदी, नजीब, अब्दाली, सूरजमल, गोविंदपंत, अशा अनेक व्यक्तिरेखांचं वेगवेगळं कर्तृत्व आहे. कादंबरीतील कथनाच्या वर्णनाच्या धुमाळीत ही व्यक्तिचित्रं जसजशी पानं उलटावीत तसतशी अस्पष्ट होत जातात. एखादी व्यक्तिरेखा आली की त्या व्यक्तीची जी 'केस हिस्टरी' कादंबरीकाराने दिली असेल ती पानं उलटून पुन्हा पाहावी लागते. मध्येच कुठेतरी कादंबरीकार शिया आणि सुन्री पंथाबद्दलही सांगतो आणि मुसलमानांच्या आनंद व दु:ख व्यक्त करणाऱ्या सणांच्या मूळ कथाही निवेदन करतो.

हे सगळं म्हणजे प्रचंड जनसमुदायाचं, प्राण्यांचं, हत्यारांचं, धावपळीचं, हाणामारीचं, ठिकठिकाणी शत्रूने केलेल्या कोंडीचं म्हणजेच असंख्य माणसांचं, शूरांचं, वीरांचं, मुत्सद्यांचं, महाकाय गर्दीचं चित्र आहे. सिनेमास्कोप पडद्यावर ७०

मि.मी. वर दाखवावं असंच. 'पानिपत'मध्ये व्यक्तिरेखा असल्या तरी त्या पार्श्वभागी आहेत. समोर आहे ते धगधगतं, रणरणतं युद्ध. एकूण पाने पाचशे वीस. यातून साठसत्तर पानांचं रोमहर्षक नाटक कोरून काढणं म्हणजे एक दिव्यच होतं. अगदी पानिपतमधल्या भाऊसाहेबांसारखंच.

हे दिव्य, हे अशक्य ते शक्य करून दाखवलं आहे, नाटककार विश्वास पाटील व दिग्दर्शक वामन केंद्रे आणि निर्माता मोहन वाघ यांनी. लेखक, दिग्दर्शक एकाच तोडीचे प्रतिभासंपन्न असले आणि संपूर्ण स्वातंत्र्य देणारा निर्माता त्यांना मिळाला म्हणजे कुठच्याही सादरीकरणाला कलाकृतीचं मोल कसं येतं त्याचं चंद्रलेखा प्रदर्शित 'पानिपतचं रणांगण' (पानिपतचं नाट्यरूपांतर) हे उत्तम उदाहरण आहे.

हे माध्यमांतर यशस्वी झालं त्याचं प्रमुख कारण हे, की कादंबरीत पार्श्वभागी असलेल्या व्यक्तिरेखा या नाटकात पुरोभागी घेतल्या गेल्या आणि युद्ध पार्श्वभागी गेलं. नाटक आणि चित्रपट दोन्ही दृश्य–श्राव्य माध्यमंच; पण चित्रपट हा दृश्यांचा, म्हणजे कॅमेऱ्याचा असतो, तर नाटक हे प्रामुख्याने नाटककाराचं, म्हणजेच शब्दांचं, म्हणजेच प्रथम व्यक्तिरेखांचं असतं. नाटकाची संहिता तयार करताना माध्यमान्तरातील या मूलभूत तत्त्वाची लेखक-दिग्दर्शकाने पुरेपूर जाण ठेवली आहे. वातावरण घनघोर युद्धाचं; पण नाटक मात्र भाऊसाहेबांचं, विश्वासरावांचं, इब्राहिम गारद्याचं, अहमदशहा अब्दालीचं.

आधुनिक ऐतिहासिक नाटकांपेक्षाही या नाटकाचं आणखी एक वैशिष्ट्य आहे. हे नाटक म्हणजे 'रायगडाला जेव्हा जाग येते' नाही की 'स्वामी'ही नाही. ही नाटके आपापल्या परीने गुणवानच आहेत; पण हे लक्षात घेतलं पाहिजे, की त्या नाटकात 'कुटुंब' हा प्रमुख घटक आहे. नातेसंबंधाचं भावविश्व आहे. 'रायगड' तर ऐतिहासिक वेषभूषेतलं सामाजिक नाटकच आहे. 'पानिपतचे रणांगण' या नाटकाला, 'पानिपत' या विषयाला अशी कौटुंबिक सवलत घेण्याची संधीच मिळत नाही. या नाटकात

स्त्रिया आहेत, पण उपर्लिखित नाटकांना (किंवा कुठल्याही नाटकाला) नायिका असतात तशी एखादी दुसरी नायिकाही हे नाटक जवळ करीत नाही. या नाटकातील स्त्रिया तात्कालिक प्रसंगापुरत्याच अवतीर्ण होतात. नायिका होण्याचं पुण्य त्यांना लाभत नाही. त्या प्रेरक आहेत, स्फूर्तिदेवता आहेत; पण बस्स! त्यांचं काम तेवढं आणि तेवढ्यापुरतंच आहे. कारण हे नाटक युद्धाचं आहे. पौरुषाचं आहे आणि पौरुषाला, शौर्याला आव्हान हाच जणू या नाटकाचा विषय आहे. हीच या नाटकाची अनुभूती आहे.

'रणांगण' आणि 'पानिपत' या एकाच नाण्याच्या दोन बाजू नसून, ती दोन वेगवेगळी नाणी आहेत आणि ती रुप्याची आहेत. दोन वेगवेगळ्या मोहरा आहेत. 'पानिपत' किंवा 'रणांगण'च्याच भाषेत बोलायचं झालं तर अजूनपर्यंतच्या कित्येक ऐतिहासिक नाटकांची या 'पानिपतचे रणांगण'ने फासटून काढली आहे.

हे नाटक म्हणजे हारजितीचा सतत दोलायमान होणारा खेळ आहे. या नाटकातील स्त्रिया प्रेयसी नसतीलही, पण त्या नवऱ्यावर म्हणजेच त्यांच्या शौर्यावर आणि देशावर काकणभर अधिक प्रेम करणाऱ्या आहेत. 'आधी लगीन कोंढाण्याचं' या उद्गाराशी नातं सांगणाऱ्या आहेत. म्हणून पार्वतीबाई, आपल्या पतिराजांच्या हातात, धीटपणे खड्ग देते. इब्राहिमला भाऊसाहेबांनी बक्षिसी दिल्यानंतर रुसून जाणाऱ्या मल्हाररावांना पाठीमागे वळवणारी हीच पार्वती आहे. नवऱ्याच्या कंबरेला स्वहस्ते तलवार बांधणारी आणि लढाईत तो कामी आल्यानंतर शोक करतानाही 'पोटातला दत्ताजी वाढवीन आणि त्या गिलच्यांचा सूड घेईन' असे बाणेदार, स्फोटक उद्गार काढणारी भागीरथी आहे. भाऊसाहेबांबद्दल अविश्वास प्रकट करणारी आणि म्हणून आपल्या मुलाला, विश्वासरावाला मोहिमेवर पाठवणारी पेशव्यांची पत्नी गोपिकाबाई आहे. आणि इब्राहिम गारदीला पैशाची लालूच दाखवून आपल्या पक्षात सामील करून घेण्यासाठी भर रात्री इब्राहिमच्या तंबूत प्रवेशणारी

पातशहाची लाडकी बेगम रुक्सारही आहे. लढाईत मी धारातीर्थी पडलो तर अगोदर माझ्या रुक्सारला ठार करा, असं म्हणणारा अब्दाली त्याच आपल्या बायकोला शत्रूच्या गोटात कसा पाठवेल, असा प्रश्न सहजच कुणालाही पडेल; पण रणांगणावर जीत मिळवण्यासाठी राजकारणी-योद्धा कुठच्या टोकाला जाऊ शकतो याचंच हे प्रत्यंतर आहे. विजय संपादन करण्यासाठी वाटेल ते करण्याची अहमदशहा अब्दालीची जशी ही बेदरकारी आहे तद्वतच रुक्सारचेही समर्पणाच्या तयारीचं शौर्य आहे. (कादंबरीत हा प्रसंग नाही; पण ती प्रकाशित झाल्यानंतर लेखकाला असा प्रसंग घडल्याची शक्यता नमूद करणारे काही कागदपत्र मिळाले आणि नाटकाला नाट्यपूर्णताही लाभली.) थोडक्यात, या नाटकातील स्त्री व्यक्तिरेखांचं अस्तित्व फार काळचं नसलं तरीही त्या म्यानातल्या तलवारी आहेत.

नाटकाचा प्रारंभच मुळी नाट्यपूर्ण आहे. प्रेक्षकांना अगदी सुरुवातीलाच कब्जात घेणाऱ्या नाट्याचार्य खाडिलकरांच्या 'भाऊबंदकी' या नाटकाची आठवण तीव्रतेने होते. अर्थात 'भाऊबंदकी'चे पहिले दृश्य आघाती आहे; तर 'पानिपतचे रणांगण'मधील पहिले दृश्य गूढ, रहस्यमय वातावरण निर्माण करणारे आहे.

संक्रांतीच्या रात्री रणभूमीवर इब्राहिम गारदीचा आत्मा 'भाऊसाहेबऽ भाऊसाहेबऽ' अशा हाका मारीत फिरतो आहे. जणू अश्वत्थामाच जखमेला तेल मागत फिरतो आहे. त्याचवेळी त्या हाकेला 'ओ' देण्यासाठीच गारद्यांचे आत्मे त्या रणभूमीवर सजीव होतात आणि ते त्या हाकेमागची कथा, गेल्या संक्रांतीलाच घडलेली गीतातून कथन करीत राहतात. वातावरण आणि फ्लॅशबॅक तंत्राचा हा नाट्यमय वापर प्रेक्षकांना पदार्पणालाच खिळवून टाकतो. त्यानंतर इब्राहिमला भाऊसाहेब बक्षिसी देतात तो प्रसंग, गोविंदपंतांचं शिरच फक्त संदुकीतून पाठवलं जातं, आणि त्यावेळी भाऊराव जे तडफदार उत्तर देतात तो प्रसंग; नजिबाची, भाऊरावांना खतम करायची दगाबाजी, अशा कितीतरी प्रसंगांनी या नाटकातलं नाट्य त्या पानिपतच्या युद्धाच्या वेगानेच गडद होत जातं. युद्धाचा प्रसंग गीतांतून कथन केल्यामुळे या

नाटकाला गती आणि तजेला प्राप्त झाला आहे.

हिंदू व मुसलमान यांच्या छावणीतील प्रसंग आलटूनपालटून मांडत नाटकाची रचना केल्यामुळे एकदा मराठ्यांनी मुसंडी मारावी, तर दुसऱ्या वेळेला नजिबाची फत्ते व्हावी अशा पाठशिवणीच्या खेळाचं स्वरूप या नाटकाला आलं आहे आणि त्यामुळे त्याची रंगत वाढली आहे. युद्धावरच्या नाटकात विशेष युद्धाचे प्रसंग न दाखवताही त्या नाटकाला दिलेलं युद्धाचं स्वरूप व गती लक्षणीय आहे.

अर्थात, या नाटकात प्रत्यक्ष युद्ध आहे, पण ते विशाल रणभूमीवरच्या कुठच्यातरी तुकड्यावरचं आहे. (कारण हे नाटक आहे) हे आस्वादकांनी समजून घेतलं पाहिजे. कादंबरी रणभूमीचं दर्शन घडवते; तर नाटक त्यामागील व्यक्तिचित्रांच्या मनोभूमिकेचा प्रत्यय देते.

सतराशे सालातल्या दुसऱ्या अर्धशतकात घडलेल्या (१४ जाने., १७६१) पराजयाचं नाटक विसाव्या शतकाच्या अखेरीस सादर केलं जातं तेव्हा त्यामागची भूमिका केवळ गोष्ट सांगणं किंवा ऐतिहासिक व्यक्तिरेखा उभ्या करणं एवढीच मर्यादित असू शकत नाही. 'सं. पूर्णावतार' हे सुमारे ७६ वर्षांपूर्वीचे चिंतामणराव कोल्हटकरांचे नाटक आज मोठ्या हिरिरीने तरुण रंगकर्मी रंगमंचावर आणतात तेव्हा त्यांना आजचे संदर्भ जाणवतात म्हणूनच.

असे संदर्भ किंवा अन्वयार्थ या नाटकात अगदी स्वाभाविकपणे जागोजाग आले आहेत. खरं तर हे नाटक म्हणजे आपणच घेतलेली आपली झाडाझडती आहे.

या नाटकातील नायक भाऊसाहेब, परकीयांना आपण हाकलून लावलं पाहिजे आणि त्यासाठी आपसातले सर्व मतभेद विसरून परकीय शत्रूला देशाच्या सीमेपार पळवून लावण्याचे प्रयत्न खंदेपणाने केले पाहिजेत, असे सतत सांगत राहतात. त्याचप्रमाणे वागतात. एका दृष्टीने राष्ट्रीय एकात्मता आणि 'चले जाव'चंच हे १७६१मधील रूप आहे. या नाटकाला हिंदू-मुसलमान यांच्यातील भेदाचं जात्यंध

रूप नक्कीच देता आलं असतं. (तसं असतं तर आजच्या राज्यकर्त्यांकडून या नाटकाला भरपूर अनुदानही दिलं असतं; पण तो मोह टाळून नाटककारानं हे नाटक अधिक म्हणजे भारतीयत्वाच्या उंचीवर नेलं आहे. एवढ्या कारणासाठी तरी हे नाटक हिंदीतून वा अन्य भारतीय भाषांमधून अनुवादित व्हायला पाहिजे.)

एके ठिकाणी भाऊराव म्हणतात, 'सत्ता मिळवणं कठीण नसतं, पण ती पचवायला, रिचवायला आणि टिकवायला असामान्य धैर्य लागतं. फक्त लुटीच्या आणि खंडणीच्या साखळीवर राज्यं चालत नाहीत. दौलती उभ्या राहत नाहीत. ठोस प्रशासन, भरभक्कम आर्थिक आघाडी, संरक्षणाची पोलादी तटबंदी, आणि शिवाजी राजांसारखं उच्च ध्येयाचं अधिष्ठान असेल तर मानी मराठ्यांनो, दिल्लीच काय, पण इंद्रपदावरसुद्धा तुम्ही दावा सांगू शकाल.' गोविंदपंतांनी अब्दालीची येणारी रसद तोडली हे ऐकल्यावर भाऊराव म्हणतात, 'याच तडफेनं उत्तरकडा सावरू. पाठवा दूत मेवाड, मारवाड, सरहिंद पंजाबला. सांगा त्यांना, देशाच्या अब्रूसाठी एक व्हायला पाहिजे... मराठे वाचले तर दिल्ली वाचेल.' त्यावर मल्हारराव उद्गारतात, 'पर भाऊ एवढा का घोर?' भाऊसाहेब म्हणतात, 'कारण मराठ्यांना महाराष्ट्राबाहेर कधीही मित्र मिळवता आले नाहीत.'

अशाच एका प्रसंगात पार्वतीबाई सत्य सांगतात- 'तो अब्दाली आपल्या सरदारांना म्हणतो तेच खरं. मराठे जेवणाच्या पंक्तीलाही एकत्र येत नाहीत, ते मृत्यूच्या दारात तरी एकोप्याने कसे उभे राहणार?'

अब्दालीचं निरीक्षण बघा- 'जेव्हा तलवारीला तेज उरत नाही, बुद्धीला नवे कोंब फुटत नाहीत, कर्तृत्वाला मर्यादा पडतात, पायाखालची धरणी दुभंगते तेव्हा लीनदीन झालेली माणसंच मंदिर और मस्जीद का सहारा घेतात... मराठ्यांची जात किती ज़ालिम आहे याचा अंदाज आम्ही बांधला आहे. मराठे एक बार भागने लगे तो पळून जाण्यात दुनियेत त्यांचा हात कुणी धरणार नाही; पण एकदा भिडले तर जळून खाक होण्यापर्यंत पीछे हटणार नाहीत!''

नऊ

बेगम रुक्सार जेव्हा इब्राहिमला इस्लामच्या नावावर आपल्या पक्षात येण्यासाठी विनवते तेव्हा इब्राहिम गारदी म्हणतो, 'आगे फजूल मत करो. जो बुझदिल होते है वोही मजहब का सहारा लेते है और अपने मिट्टी से प्यार म्हणजे मजहबशी दुश्मनी नव्हे!'

दिल्ली जिंकल्यानंतर भाऊसाहेब अलिगोहरला सिंहासनावर बसवण्याचं ठरवतात तेव्हा भाऊसाहेबांना विरोध करताना जनकोजी, विश्वासराव, मल्हारराव म्हणतात- 'मराठी माणसाचं बूड दिल्लीच्या त्या ज़ालिम सिंहासनाला एकदा तरी लागू द्या, भाऊसाहेब. त्या अलिगोहरऐवजी तुम्ही गादीवर बसा... तुम्हाला बसायचं नसेल तर पेशव्याच्या पोराला गादीवर बसवा... अनू तेही करायचं नसेल तर एखाद्या पाणक्याला बसवा... पण मराठी माणूस बसवा.' त्या सर्वांनाच उत्तर देताना भाऊसाहेब म्हणतात, 'दिल्लीच्या सिंहासनावर पोचण्यापूर्वी आपले स्वतःचे पाय खरोखरच बळकट असल्याची एकदा खात्री करून घ्या आणि मगच पाऊल पुढे टाका. महत्त्वाकांक्षा म्हणजे पराक्रमी पुरुषाची प्रभा! पण तिचे पंखसुद्धा पोलादी असावे लागतात, जनकोजी! इथे शिवाजी होण्यासाठी प्रत्येकाने गुडघ्याला बाशिंग बांधलं आहे, पण स्वराज्य तारण्यासाठी प्राणाची बाजी लावणारे तानाजी, बाजी आजूबाजूला असावे लागतात.'

वरील सर्वच संवाद आजच्या घडीला देखील तंतोतंत लागू पडतात, म्हणूनच दोन शतकांपूर्वीच्या घटनेचं हे नाटक आजचंही होतं. एक मात्र खटकतं. या नाटकातील गारद्यांसह सर्वच मुसलमान मराठ्यांच्या पराक्रमाविषयी बोलत राहतात. (गारदी तर मराठ्यांचेच होते, पण इतरही?) हे मुसलमान स्वतःच्या पराक्रमाविषयी थोडे बोलले असते, अथवा त्यांच्या पराक्रमाबद्दल मराठे बोलले असते तर थोडा समतोल राखला गेला असता. मराठी प्रेक्षकांची दाद मिळवण्यासाठीच अशा प्रकारच्या संवादांची पखरण केली आहे असं वाटलं नसतं. एक मात्र खरं की अन्य

ऐतिहासिक नाटकांप्रमाणे या नाटकातील मुसलमान विनोदी वा बुद्दू केलेले नाहीत. भाऊरावांची प्रतिमा त्यामुळे अधिकच उजळून निघते.

पानिपतच्या मोहिमेवर तीर्थयात्रा करण्यासाठी, धर्म वाचवण्याचे कारण देऊन आपल्यालाही घेऊन जावं अशी विनंती ब्राह्मण लोक पेशव्यांकडे करतात, हा प्रसंग विनोदी न होता अधिक गंभीर झाला असता तर 'त्या वृत्तीवर' अधिक प्रकाश पडला असता. 'घाशीराम कोतवाल' मधील ब्राह्मणांपेक्षा हे ब्राह्मण वेगळे वाटले असते.

या नाटकातील भाऊसाहेबांची व्यथा आहे 'आमची लाचारी, आमच्यातील लाथाळी, भाऊबंदकी, गद्दारी, हुजरेगिरी, स्वाभिमानाच्या नावाखाली बोटचेपी परधार्जिणता यामुळे दिल्ली जवळ येऊनही आपल्यापासून दूर गेली.' अडीच शतकानंतर भाऊरावांची ही व्यथा तितकीच खरी नाही का?

पेशवे पंचवीस हजारांचं सैन्य घेऊन भाऊसाहेबांच्या मदतीला येत असतात आणि वाटेतच एका नऊ वर्षांच्या मुलीशी लग्न लावून बसतात. रणांगणावर मराठी योद्ध्यांच्या पोटात अन्नाचा कण नाही आणि तिथे पेशवे जेवणावळीच्या पंक्ती उठवत आहेत. आपल्याबरोबरच आणखी दोघांची लग्नं लावीत आहेत. केवढा हा विरोधाभास! आणि देशावर आलेल्या परचक्रापेक्षा नऊ वर्षांच्या मुलीशी दुसरं लग्न करणं हे अधिक महत्त्वाचं मानणारी वृत्ती! नाटकात ही घटना प्रसंगरूपात आली असती तर ती तीव्रपणे बिंबली असती (अर्थात रंगभूमीच्या मर्यादांमुळे हे दृश्य केवळ कथनावरच घ्यावं लागलं असावं.)

कादंबरीत भाऊरावांचे जे वेगवेगळे खलिते आहेत, त्या खलित्यांची जी भाषा आहे त्यावरूनच भाऊसाहेबांची जरब, त्यांचा मुत्सद्दीपणा, त्यांचं सेनानीपद, त्यांची व्यूहरचना, त्यांचे द्रष्टेपण हे गुण प्रकर्षने जाणवतात. नाटकात त्यासाठी सूचकतेचा व काटकसरीचा अवलंब करावा लागला आहे. (नाहीतरी नाटक म्हणजे पात्रं, प्रसंग, संवाद आणि अवकाश यांची इकॉनॉमी असं शास्त्रच सांगतं.)

अकरा

खरं तर 'पानिपत' हा मराठ्यांच्या, भाऊरावांच्या पराभवाचा इतिहास आहे. (आणि 'पानिपत' या विषयावर आधारलेली नाटके अपयशी ठरतात असा एक समज आहे. या नाटकाच्या यशस्वी प्रयोगसंख्येने या अंधश्रद्धेचे पूर्णत: निर्मूलन केले आहे.) भाऊरावांना पानिपतच्या रणभूमीवरच पराभव पत्करावा लागलेला नाही. या पराभवाची नांदी मुक्कामापासून पानिपताकडे कूच करण्यापासूनच झाली आहे. प्रत्येक ठिकाणी भाऊरावांना हरवायचा जणू स्वकीयांनी चंगच बांधला.

साधा हिशेबठिशेब ठेवणारा ब्राह्मण युद्धाचे आव्हान स्वीकारतो यातच मत्सराची पहिली मशाल पेटली. शिंदे-होळकरांच्या स्वत:च्या पराक्रमाबद्दलच्या अवाजवी कल्पना, त्यांचा ब्राह्मण-ब्राह्मणेतर वाद, स्वारीवर निघतानाच गोपिकाबाईंनी भाऊरावांबद्दल व्यक्त केलेला संशय, त्यामुळे विश्वासरावांची भाऊरावांसोबत केलेली पाठवणी, हजारो बाजारबुणग्यांना आणि कुटुंबीयांना म्हणजेच बिनलढाऊ माणसांना बरोबर घेऊन जाण्याची अप्रत्यक्षरीत्या झालेली सक्ती, कुमक घेऊन येताना वाटेतच लग्नाळलेला पेशवा, आणि स्वपराक्रमाच्या अहंकारापायी गोलाईच्या लढाईचं तंत्र तोडून टाकण्याची घाई, रणभूमीच्या क्षेत्री वाऱ्यानं, पावसानं, थंडीनं म्हणजेच निसर्गानं दिलेला दगा, या सर्वच घटना भाऊरावांच्या पराभवाचीच तयारी करणाऱ्या होत्या. या वेगवेगळ्या पातळीवरच्या युद्धाला तोंड देत, त्यातून वाट काढत लढणारा एकटा भाऊरावच होता. गोलाईची लढाई रणांगणावर खेळण्याअगोदरच भाऊरावांना रणांगणाबाहेरची ही गोलाईची लढाई खेळावी लागली होती. अभिमन्यूसारखे एकटे भाऊराव या सर्वांशीच बेडरपणे सामना करीत राहिले. त्यांचं हे सर्वसमावेशक उत्तुंग व्यक्तिमत्त्व नाटकातून अत्यंत प्रभावी आणि रोमहर्षकरीत्या प्रकट होतंय. केवळ भाऊसाहेबांसारख्या एका पराक्रमी व्यक्तीची ही शोकान्तिका नसून, एका विशाल समाजाची, विस्तृत प्रदेशाचीच ही शोकान्तिका आहे. 'हॅम्लेट', 'सवाई माधवराव,' 'झुंझारराव,' 'नटसम्राट' अशा धीरोदात्त, एकेकट्या व्यक्तींच्या शोकान्तिका आपण अजूनपर्यंत पाहत आलेलो आहोत; पण व्यक्तीबरोबरच समष्टीचीही शोकान्तिका

प्रकट करणारं अलीकडच्या मराठी रंगभूमीवरील बहुधा हे पहिलंच नाटक असावं.

'पानिपतचे रणांगण' हे नाटक जितके ऐतिहासिक आणि तितकेच ते सामाजिक आहे आणि राजकीय आहे. ते तात्कालिक आहे तेवढेच समकालीन आहे. म्हणूनच भाऊरावांच्या या नाटकातून आजच्या राजकारणातल्या अनेक व्यक्ती, अनेक घटना प्रत्ययाला येत राहतात. या नाटकात कालची पेशवाई आहे, तशीच आजची शिवशाहीही आहे. या नाटकात रथयात्रा आहे, तशीच लाहोरला जाणारी समन्वयाची बसही आहे. राष्ट्राला हतबल करणारा जातिभेद व धर्मांधताही आहे. आणि दिल्लीच्या सिंहासनावर बसण्याची धडपडही आहे. शतके उलटून गेली तरी आपल्या राजकीय, सामाजिक व धार्मिक वृत्तीत काही बदल होत नाही हेच खरं.

आजही आपल्यापुढे एक 'पानिपत' उभं राहिलं आहे. प्रत्येक मराठी माणसाला अंतर्मुख करणाऱ्या 'पानिपतचे रणांगण'च्या जडणघडणीत प्रमुख असलेल्या मोहन वाघ (निर्माता), विश्वास पाटील (नाटककार) आणि वामन केंद्रे (दिग्दर्शक) यांनी या नाटकाद्वारे एक महा(राष्ट्रीय)च कार्य केलेलं आहे. त्यांचे मन:पूर्वक अभिनंदन!

वासुदेवशास्त्री खरे लिखित, केशवराव दाते दिग्दर्शित आणि व्ही. शांताराम निर्मित 'शिवसंभव' या नाटकानंतर इतके प्रभावशाली आणि सच्चे ऐतिहासिक नाटक आणि तितकाच परिणामकारक प्रयोग दुसरा झाला नाही. रणकंदन असूनही 'पानिपतचे रणांगण'ची दि ग्रेट बाबासाहेब पुरंदऱ्यांची 'जाणता राजा'नामक सर्कस, वाघ, पाटील, केंद्रे या त्रयींनी होऊ दिली नाही याबद्दल त्यांना धन्यवाद द्यावे तेवढे थोडेच आहेत.

'पानिपत' कादंबरीचा एकटा वाचक त्या भाऊगर्दीत स्वत:ला विसरून जातो; तर ' पानिपतचे रणांगण'चा प्रेक्षक प्रत्येक व्यक्तिरेखेत स्वत:ला आणि आपल्या आजूबाजूच्यांना पाहत राहतो.

— कमलाकर नाडकर्णी

तेरा

'पानिपतचे रणांगण' या नाटकाचा पहिला प्रयोग दामोदर हॉल, मुंबई येथे कुसुमाग्रजांच्या जन्मदिनी दिनांक २७ फेब्रुवारी, १९९९ रोजी संपन्न झाला.

दिग्दर्शक	:	वामन केंद्रे
संगीत	:	अनंत अमेंबल
काव्य	:	विश्वास पाटील, कविवर्य मंगेश पाडगावकर
वेशभूषा	:	भानू अथय्या
नृत्य दिग्दर्शन	:	अर्चना जोगळेकर
रंगभूषा	:	कृष्णा बोरकर-अमोद दोशी
तलवार-युद्ध प्रशिक्षण	:	बिरजित नागुंबा (मणिपूर-इंफाळ)
निर्मिती-नेपथ्य-प्रकाशयोजना	:	मोहन वाघ

कलाकार

भाऊसाहेब	:	अविनाश नारकर
इब्राहिमखान गारदी	:	श्रीकांत देसाई
विश्वासराव पेशवे	:	सचित पाटील
अहमदशहा अब्दाली	:	अशोक समर्थ
नजीब	:	प्रसाद ओक
मल्हारराव होळकर	:	सौरभ पारखे
नानासाहेब पेशवे	:	दीपक वेलणकर
दत्ताजी शिंदे	:	पंकज विष्णू
सरदार गायकवाड	:	अभिजित पेडणेकर
शहाबली	:	राजन जोशी
जहाँनखान	:	रमेश रोकडे
जनकोजी	:	गणेश पालवे
रघुनाथ पेशवे	:	सुबोध प्रधान
गारदी १	:	अनिल सुतार
गारदी २	:	नंदेश उमप
गोपिकाबाई	:	आसावरी परांजपे
पार्वतीबाई	:	शीतल क्षीरसागर

अंक पहिला

प्रवेश पहिला

(आरंभी वादळाचा घोंघावता आवाज आणि विजांचा कडकडाट. पाठोपाठ अंधारातून अनेक घोड्यांचे खिंकाळणे, हत्तींचे चीत्कार ऐकू येतात, त्याचवेळी कानावर शब्द पडतात.)

पानिपत!

हिंद भूमीच्या अस्मितेसाठी मराठ्यांनी न भूतो न भविष्यती असा छेडलेला महासंग्राम!

पानिपत!

कुरुक्षेत्राच्या पुण्यभूमीजवळ बलिदानाच्या रक्ताने रंगलेले नवे पान! पानिपत!

काबूल-कंदाहारच्या अफगाणी अश्वांचे लगाम खेचण्यासाठी मराठ्यांची एक पिढीच्या पिढी गारद झाली.

महाराष्ट्र पठारावरचा असा गाव, असा उंबरा उरला नव्हता;

वीर जिथला सजला नव्हता!

असा शेला उरला नव्हता;

रक्तामाजी भिजला नव्हता!!

मायमराठीच्या भाळीची भळभळती जखम, पानिपत.

बुधवार दिनांक १४ जानेवारी, १७६१!

संक्रांतीच्या बांगड्यांचा चुराडा झाला.

जिंकणारे हरले आणि हरलेले अमरत्वास पोचले.

पानिपत!

आजही सव्वादोनशे वर्षांनंतर संक्रांतीच्या त्या भयाण रात्री पानिपताचं शिवार थरारून उठतं.

(एकाकी वादळाचा वेग वाढतो. विजांचा वाढता लखलखाट. पानिपतचे अर्धवट रणांगण दिसू लागते. दूर कोपऱ्यातून हंबरल्यासारख्या हाका ऐकू येतात, ''भाऊऽ भाऊऽ'' पाठोपाठ साखळदंडाचे आवाज कानावर पडतात. अन् रक्तात न्हालेला सहा फूट उंचीचा तगडा इब्राहिमखान दिसू लागतो. त्याला साखळदंडात जखडलेले असून त्याच्या अंगावर साठ-सत्तर जखमांच्या खुणा आहेत. त्याच्या फिरंगी डगल्यावर घावाचे काच दिसतात.)

| इब्राहिम | : | भाऊ ऽ भाऊऽऽ भाऊस्वामी ऽऽ हटिए मत! चला ऽ रणाला भिडू, दुष्मनाला गाडू. चला भाऊ ऽ सारे धावू ऽऽ काबूल कंदाहारच्या तटबंदीवर जरीपटक्याचं निशाण रोवू... भाऊ ऽ भाऊस्वामी ऽऽ भाऊ ऽ भाऊ ऽऽ |

(हाका मारत इब्राहिम बाजूला होतो. धुराच्या, धुक्याच्या पडद्यातून पानिपतावरील गारद्यांचे आत्मे इब्राहिमच्या आरोळ्या ऐकून खडबडून जागे होतात.)

गारदी १	:	यारों उठो, लगलग उठो, सुनो सुनो वो आवाज!
गारदी २	:	आपल्या बदनवर जखमांचं चांदणं घेऊन तळपणारा कौन है वो रणगाझी?
गारदी ३	:	आम्हा गारद्यांचा कोहिनूर, पानिपतावरचा मराठ्यांचा तोपची - शेरेजंग- इब्राहिमखान गारदी.
गारदी ४	:	लेकिन तो पुकारतोय कुणाला?
गारदी १	:	तो पुकारतोय आपल्या स्वामीला. मराठों का सिपासालार सरसेनापती- भाऊसाहेब पेशव्याला.
गारदी २	:	करीब अडीचशे वर्ष झाली त्या पानिपताच्या जंगाला. हिंद भूमीवर ओढवलेल्या त्या संक्रांतीला.
गारदी ३	:	यारों, पानिपतावर शहीद झालेल्या आम्हा आत्म्यांना संक्रांतीच्या या एकाच रातात मुक्ती मिळते.

वर्सातली ही आमची आझ्झादीची रात! (सगळे होऽ चा सूर ओढतात.)

गारदी ४ : हां ऽऽ इस रातके हम आझ्झाद पंछी! अपने मुल्क में जा सकते हैं । कुछ भी कर सकते है।

गारदी १ : लेकिन एकही शर्तपर! सूरज उगवायच्या पहले वापस आना पडता है।

गारदी २ : आपुन लोगां हरसाल संक्रांतीच्या त्या रातला जी चाहेल तिकडे भटकून येतो. लेकिन हमारे इब्राहिमसाब की आत्मा सदियों से भाऊसाहब को ही ढूँढती भटकती है।

गारदी ३ : उनो लगता, जंग अभी भी जारी है।
(पुन्हा बेहोष इब्राहिम दिसतो.)

इब्राहिम : भाऊस्वामी ऽऽ फिकर ऽऽ मत करो ऽऽ जिथे तुमचा जोडा पडेल तिथे या देहाचा तुकडा कोसळेल! हम मर मिटेंगे लेकिन हटेंगे नही। बिल्कुल नही। आगे बढिये भाऊराय ऽ आगे बढिये। तुमच्या विजयी घोड्याचा लगाम पकडून... जरीपटक्याचा झेंडा नाचवत कंदाहारच्या वेशीत घुसायला हा तुमचा बंदा कब का पागल हुआ है। चला ऽ भाऊ ऽऽ, धावा घेऊ ऽऽ भाऊ ऽऽ भाऊ ऽऽऽ
(इब्राहिम बाजूला जातो.)

गारदी १ : वा ऽऽ धन्यासाठी इमान आणि देशासाठी जान कुर्बान.

गारदी २ : इमान प्रमाण यही गारदियों का शान!

गारदी १ : चलो यारों। लगलग चलो। दख्खन चलो।

गारदी ४ : हां ऽ हां ऽ चलो ऽऽ फौरी चलो।

गारदी २ : नहीं तो ये राता ऐसीच बातामें कटेगी!
(गारदी जायला निघतात. तेवढ्यात पलीकडून मोठमोठ्याने घोरण्याचा आवाज ऐकू येतो.)

गारदी २ : गुर्रंटे? एवढे मोठे गुर्रंटे?

गारदी ३ : कौन है ये लोगा?

गारदी १   : मराठे ऽऽ मराठों के सिवा इतने बडे गुर्रािटे और
                    कौन लेगा?

गारदी ३   : आपुन लोगा तेलंगणातून इथे मराठ्यांच्या साथ
                    साथ आलो, साथ साथ मेलो! चला, आता त्यांना
                    बी दख्खनमध्ये साथ घेऊन जाऊ.
                    (सर्व गारदी मिळून मराठ्यांजवळ येतात. त्यांना
                    उठवू लागतात.)

गारदी १   : ओ मराठे,

गारदी २   : बंद करो ये गुर्रािटे!

गारदी ३   : उठो भै उठो, दख्खन चलो।
                    (एक मराठा स्वार उठतो आणि गारद्यांकडे दगड
                    फेकून मारतो.)

मराठा १   : अबे गारदी की औलाद!

मराठा २   : जरा कुठे डोळ्याला डोळा लागला.

गारदी १   : जर्रा ऽऽ? पुरे झाले दोसों पैंतीस साल.

गारदी २   : चलो, दख्खनमंदी चलो!

मराठा १   : दख्खन! आम्ही नाय येणार.

मराठा २   : कोणत्या तोंडानं जायचं महाराष्ट्र देशी?

मराठा ४   : कोणत्या पायानं चढायची जेजुरीची पायरी?

मराठा २   : कोणत्या हातानं दंडवत घालायचा श्री गजाननाला?

मराठा ३   : कसा भिडवायचा डोळा त्या सिंहगडाच्या
                    तटबंदीला?

गारदी ४   : अरे ऐसा क्या हुआ मियाँ?

मराठा ३   : मराठेशाहीच्या वैभवाचा रथ आमच्या डोळ्यांदेखत
                    पानिपताच्या मातीत कोसळून पडला.

मराठा २   : आमचा मानसन्मान, स्वाभिमान, इमान, शौर्य,
                    निष्ठा, साहस साऱ्याची पानिपतावर माती झाली.

गारदी १   : कौन कहता है आप का मान, सम्मान, स्वाभिमान
                    और जिगर की मिट्टी हो गई?

गारदी ३   : यारों ऽ याद करा त्या मर्द मराठ्याची. पानिपताच्या
                    दौराने जंगात जो पर्बतकड्ड्यासारखा झुंजला.

गारदी १	:	लाखो भुक्या माणसांना, जनावरांना या आटिंग्या रानात ज्यांनं जिद्दीची जान दिली, याद करो उस भाऊसाहब की।
मराठा १	:	भा-ऊ-सा-ह-ब?
मराठा २	:	नाव घेऊ नका त्या कुळबुडव्याचं.
मराठा ३	:	त्या अहंकारी, अट्टाहासी, अव्यवहारी गृहस्थानेच तर आमच्या तोंडाला काळं फासलं.
गारदी १	:	(अंगावर धावतो) किसको, भाऊ को गाली देता है? जबान संभाल!
मराठा २	:	अरे, त्यांनीच तर केला आमचा कपाळमोक्ष. इथल्या मातीचा कण नि कण साक्ष देईल त्याच्याच कसाबकरणीची.
गारदी ३	:	खामोष ऽऽ जबान संभालो!
गारदी २	:	भाऊसाहब का नाम भी अपनी जुँबापर मत लाना... अरे भाऊसाहेबांचं नाव जिभेवर घ्यायलासुद्धा सात जन्मों का पुण्य लगता है।
गारदी ३	:	आपल्या सरजमीनसाठी झुंजणारा असा रणगाझी, सर्जा-ए-जंग तुम्हाला कसा समजणार?
गारदी २	:	पानिपत यानी पराभव! सिर्फ पराभव, अशी स्वत:ची गलतफहमी करून गेली अडीचशे वर्षे मुंडी लपवत फिरता आहात तुम्ही! लेकिन त्या पराभवाच्या पोटात दडलेला वतनच्या सार्वभौमत्वाचा अंगार खुल्या डोळ्यांनी पाहायची कधी कोशिश केलीत तुम्ही?... हसनमियाँ...
गारदी ४	:	जी भाईजान!
गारदी ३	:	लाओ तंबूरताशे. आज की राता हू तेलंगणा नाहीं जायेंगे.
गारदी २	:	इन नासमझ मराठों को पानिपत की असली कैफियत सुनायेंगे!
गारदी ३	:	भाऊ के मैदाने जंग का अनोखा रंग दिखायेंगे! (गारदी दक्षिणी रणवाद्य वाजवतात. त्या तालावर

मराठ्यांचे शौर्यगीत गातात. दिल्लीची बादशाही खिळखिळी झाली होती. तिला वाचवण्यासाठी बादशहाने मराठ्यांशी 'अहमदनामा' नावाचा करार कसा केला, दिल्लीच्या रक्षणासाठी शिंदे-होळकर हे सरदार कसे धावून आले, दिल्लीच्या राजकारणातील मराठ्यांचे श्रेष्ठ स्थान रोहिलखंडाच्या नजीबखानला कसे आवडत नव्हते, मराठ्यांचा नाश करण्यासाठी त्याने कंदाहारहून अहमदशहा अब्दालीला कसे बोलावले आहे, नजीबखानाने उत्तरेत कसा धुमाकूळ घातला आहे, अन् त्याचवेळी दिल्लीचे मुसलमानी तख्त वाचविण्यासाठी मराठ्यांचा तरणाबांड सरदार दत्ताजी शिंदे कसा झुंजतो आहे अशा वर्णनाचे गाणे गारदी गातात.)

दौडून दौडून मराठे जाती मुल्कपे कयामत येता
कुर्बान मराठे होती वतनावर संकट येता!
बेबनाव माजू लागे दिल्ली को न रहा वाली
अफगाण फौज लोभाने हमल्यावर हमला घाली;
दिल्लीच्या रखवालीची जोखीम मराठे घेती;
शिंदे अन् होळकरांची घे नजीबखानही भीती;
दत्ताजी शिंदे जेव्हा समशेर घेतसे हाती,
गनिमांचे काळिज कापे, मृत्यूची दडपे छाती;
दौडून दौडून मराठे जाती देशावर संकट येता,
कुर्बान मराठे होती देशावर संकट येता!

अंक पहिला

प्रवेश दुसरा

(यमुनाकाठ, तिन्हीसांजेची वेळ. दत्ताजी शिंदे आणि त्याचा पुतण्या जनकोजी व इतर मावळे घाईघाईने पुढे येतात.)

सरदार १ : सरकारऽ नजिब्यानं नदीचं पाणी बाटवलं.

सरदार २ : धान्याची कोठारं लुटली.

सरदार ३ : आपली शेतं जाळली.

दत्ताजी : नजिब्या, नजिब्या, नजिब्या! देवा कणेश्वरा ऽ त्या नजिब्याला एकदाचा नदरं पडू दे रं, बुक्कीनं कांदा फोडल्यागत त्याचा नाय चेंदामेंदा केला तर हा नावाचा दत्ताजी शिंदे नाय.

जनकोजी : काय कराल दत्ताकाका?

दत्ताजी : त्याला उभा-आडवा फासटीन. आमचा नष्टावा करायला कंदाहारवरनं अब्दुल्या पातशहाला बोलावतो काय? आरं त्याच्या तंगड्या चिरून यमुनेच्या दोन्ही काठाला फेकून देईन.

जनकोजी : लईच हात शिवशिवतायत वाटतं?

दत्ताजी : जनकोजी, फकस्त नदरं पडू दे रं त्याला एकदा.

जनकोजी : चला, दाखिवतो आत्ता-

दत्ताजी : कुठं, कुठं हाय तो सैतान?

| जनकोजी | : | मराठ्यांच्या छावणीत! |

जनकोजी : मराठ्यांच्या छावणीत!

दत्ताजी : कुठं?

जनकोजी : होळकरांच्या गोटात!

दत्ताजी : काय बोललास?

जनकोजी : होळकर ऽ सुभेदार ऽ मल्हारजी होळकर!

दत्ताजी : माझ्या डोसक्यात पेटता पलिता फेकून आग भडकवतोस व्हय रं? सांग, हे खोटं आहे.

जनकोजी : दत्ताकाका-

दत्ताजी : शिंदे-होळकरातनं विस्तू जात नाही म्हणून त्याच्यावर बिब्बा टाकून माझं डोळं जाळू नगस. अरं, मल्हारबा होळकर म्हणजे मराठी दौलतीचा बुरूज. ते कायबी करतील; पण वैऱ्याला मिठी कशी मारतील? सांग, सांग हे खोटं हाय म्हणून.

जनकोजी : खोटं वाटतं नव्हं काका, मग चला ऽ या माझ्या मागनं.

सर्वजण : चला ऽ चला ऽऽ
(सारे घाईनं निघतात आणि मल्हाररावांचा गोट दिसू लागतो. दिवट्यांच्या प्रकाशात नजिबाचा गोरा चेहरा, निळे डोळे भेसूर दिसू लागतात.)

मल्हारराव : नजीब...?

नजीब : दादाजान!

मल्हारराव : दत्ताजीपुढे तुझी खैर नाय रं!

नजीब : मुझे कैसी चिंता दादाजान? मल्हार मेहरबान तर नजीब पेहलवान!

मल्हारराव : म्हणून असा उच्छाद मांडलास? मला न इचारता कंदाहारवरनं अब्दुल्या दुराणीला बोलिवलंस? तेही आम्हा मराठ्यांच्या खिलाफ?

नजीब : तुम्हा मराठ्यांच्या नही दादाजान, त्या बम्मन पेशव्याच्या खिलाफ!

मल्हाराव : अरे चांडाळाऽऽ
(लांबून हाकारे, आरोळ्या ऐकू येतात. होळकरांच्या

डेर्‍याकडे सैनिकांचे पथक येत असल्याची चाहूल लागते.)

मल्हारराव	: नजिब्या, चल पळ ऽऽ नीघ बिगिद्घान्.
नजीब	: दादाजान!
मल्हारराव	: अरं भाग. हिकडंच येतंय कुणीतरी.
नजीब	: कहाँ भागू?
मल्हारराव	: तुझ्या रोहिल खंडात.
नजीब	: मैं क्यूं भागू? पहले बता दो उत्तर में मराठों का क्या काम?
मल्हारराव	: दिल्लीची राखण करतो आम्ही. शिवाय मुलुखगिरी.
नजीब	: हमारे मुल्क में? जमनेच्या पाण्यात तो पेशवा बार बार नाक क्यूं खुपसता है?
मल्हारराव	: ते राजं आहेत.
नजीब	: दख्खन के, उत्तर के नहीं! इथले हिरे जवाहरात लुटायला हम और आप काफी है ना दादाजान? (बाहेरच्या आरोळ्या अधिक जवळ येतात.)
मल्हारराव	: अरे!
नजीब	: आताशा कुठं मी सलामीच्या चार कवड्या फेकल्या आहेत. अब रंगनेवाला है पट. फिर झटापट और बाद में सबकुछ सफाचट। (दत्ताजी आणि इतर प्रवेश करतात.)
दत्ताजी	: अरं, तुला पटासकट पालथा नाही घातला तर ही राणोजी शिंदेची औलाद नाही. सुभेदार ऽ हा देशाचा दुष्मन आपल्या छावणीपर्यंत पोचलाच कसा? का त्याला तुम्हीच आवतान दिलंत?
नजीब	: आया था सलुख के वास्ते-
दत्ताजी	: ए भुरट्या, सलुखासाठी दिंडी दरवाजातून वाजतगाजत येत्यात! चोराचिलटासारखं परसदारानं घुसत नाहीत. अरं सोंगाड्या, थांब, तुझी कबरच खणतो. (दत्ताजी तलवार उपसून नजिबाच्या अंगावर जातो.

(मल्हारबा आडवे येतात. त्यांच्या पाठीमागे नजीब
थरथरत उभा राहतो.)

मल्हारराव	:	दत्तोबा, राग आवर.
मराठा सैनिक १	:	सुभेदार, सोडा त्याला.
मराठा सैनिक २	:	करा सरदारांच्या हवाली.
मल्हारराव	:	थांबा रं! घाईवर याल तर एकेकाची खांडोळी करीन!
जनकोजी	:	मल्हारराव, का त्याला जोजवता?
मल्हारराव	:	त्यो माझा धर्मपुत्र हाय.
दत्ताजी	:	वा रं वा, धर्मपुत्र. नदीच्या अल्याड सलुखाची भाषा आणि पल्याड युद्धाची तयारी!
मल्हारराव	:	समजलो नाय मी.
दत्ताजी	:	विचारा की, यानं नदीपल्याड इराणी, दुराणी, रोहिले, पठाण, सारे देशी-इदेशी मुसलमान का एक केल्यात?
मल्हारराव	:	काय रं नजिब्या ऽऽ?
नजीब	:	झूठ! सरासर झूठ! मैं तो आपका धर्मपुत्र, दादाजान!
दत्ताजी	:	अब्दाली ऽऽ
मल्हारराव	:	अब्दालीनं या आधी तीन येळा हिंदुस्थानवर स्वारी केली होतीच की, दर वेळी काय नजिब्यानं मुराळी धाडला होता?
नजीब	:	वो क्या है दत्ताभय्या...
दत्ताजी	:	थांब, तुझ्या डोसक्याची भकलंच करतो.

(दत्ताजी नजिब्याच्या अंगावर धावून जातो. नजीब
मागं पळतो. स्वत: मल्हारराव तलवार उपसून
आडवे येतात. त्यांचा नूर पाहून दत्ताजी उन्मळतो.)

मल्हारराव	:	ए, व्हा मागं. या वक्ताला, तो माझा आश्रित हाय. आन आश्रिताला अभय देणं हा मराठी धर्म!
दत्ताजी	:	दौलतीच्या पायावर कुऱ्हाड मारून? अहो, याच्या हाडाचा सांगाडाच मुळी दगलबाजीच्या मणक्यावर

उभा हाय. पंधरा वर्षांमागं घोड्याची लीद गोळा
करणारा हा प्यादा, एवढ्यात फर्जी कसा बनला?
ज्यानं धनवंताच्या लडकीसंगं शादी करण्यासाठी
स्वत:च्या आजारी औरतीचा गळा घोटला, त्याच्या
खांद्यावर कशाला मान ठेवता?
(मल्हारबा दत्ताजीला एका बाजूला खेचतात.)

मल्हारराव	:	दत्ता, तुम्ही सारं मला काय दुधखुळा समजता क्हय रं? आरं, आपण याचा वापर करू.
दत्ताजी	:	नजिब्या म्हणजे मराठी साम्राज्याखालचा सुरुंग.
मल्हारराव	:	असू दे.
दत्ताजी	:	कवाबी पेटंल, फुटंल ऽऽ!
मल्हारराव	:	सुरुंगाची बत्ती माझ्याच मुठीत हाय नव्हं? पायजे तवा पायजे तसा बार भरू.
दत्ताजी	:	सुभेदार, याला उभा चिरा, याच्या अंगात पेंढा भरा, असे दस्तुरखुद्द पेशव्यांचे आदेश आहेत.
मल्हारराव	:	वा रं आदेश!
दत्ताजी	:	हे दुखणं एकदा कायमचं संपवूया. नाहीतर हे लचांड म्होरं लई जड जाईल. व्हा बाजूला. (मल्हार नजिबाकडे जातात. त्याला खेचून दत्ताजीच्या पुढ्यात उभा करतात.)
मल्हारराव	:	घे, मारतोस, मार, मार याला! (दत्ताजी मल्हाररावापुढं हतबल होतो.) आरं, ह्यो एकटा अजून जिता आहे म्हणून बरं. नाहीतर तुझ्या त्या पेशव्याला काशीपासनं रामेश्वरापातुर जोड रं कुठली?
दत्ताजी	:	काय बोलता सुभेदार?
मल्हार	:	एकदा ह्यो संपला की, पुण्याची ती बामणं तुला, मला धोतरंसुद्धा बडवायला ठेवायची नाहीतऽ. समजलं? चलाऽऽ हटा बाजूला. (मल्हारराव नजिबाला घेऊन पुढे जातात. सर्वजण अवाक. गोठून गेल्यासारखे त्यांच्याकडे पाहत

राहतात. मराठी लष्करातील गारदी पुढे येतात,
गातात.)

नशिबातच मरहट्ट्यांच्या कायमचा शाप दुहीचा,
तख्ताच्या खाली दडला कायमचा साप दुहीचा!
ही दुही मराठ्यांमधली हा नजीबखानही हेरी,
मुरगेही झुंजवत ठेवी, विषदाणे भवती पेरी
असहाय्य खुराडी त्यांची अफगाणी अजगर घेरी;
कोसळे कुऱ्हाड दुहीची झाडावर मरहट्ट्यांच्या,
ही विषबाधा लिहिलेली हाडावर मरहट्ट्यांच्या!

अंक पहिला

प्रवेश तिसरा

(तेवढ्यात अंधारातून 'काका ऽऽ काका' अशा जनकोजीच्या हाका ऐकू येतात. तसा दत्ताजी शिंदे डेऱ्यातून धावत बाहेर येतो. त्याच्या पाठोपाठ तलवार आणि जामानिमा घेऊन त्याची गर्भारशी पत्नी भागीरथी येते.)

जनकोजी	:	काका ऽ काका...
दत्ताजी	:	काय रं जनकोजी? काय प्रकार?
जनकोजी	:	गिलच्याच्या फौजा रात्रीच्याच बाहेर पडल्यात, दिल्लीवर चाल करायला!
दत्ताजी	:	मध्ये यमुनेचं पात्र आणि हा दत्ताजी शिंदे आडवा असताना?
जनकोजी	:	वैऱ्याचा जोरबी दांडगा हाय, काका.
दत्ताजी	:	मग आपली पेरणीबी कच्ची नाय. आपलं लष्कर यमुनाकाठानं दबा धरून बसलंय. कवाबी येऊ दे वैऱ्याला. अरं, मराठा जात अशी चिवट, झाडाला बांधली तरी झाडासकट पळती. गिलच्याला काय ठावं?
		(दुरून काही पथके बाहेर पडल्याचे आवाज. घोड्यांचे खिंकाळणे. भागीरथी दत्ताजीच्या कमरेला तलवार बांधते आहे.)
दत्ताजी	:	चल ऽ पळ, जनकोजी. वैऱ्याला बुराडी घाटावरच

रोखून धरू. (बायकोला) ये हो बाजूला. जाऊ दे मला.

भागीरथी : आवं थांबा, आज संक्रांत.

दत्ताजी : संक्रांत?

भागीरथी : थोडं न्हाऊ घालते.

दत्ताजी : मर्दिनी, ही तर रक्तस्नानाची वेळ!

भागीरथी : थांबा, थांबा. लढाईवर निघालासा. ओवाळू तरी घ्या. (ओवाळते. स्वतःच्या पोटाकडे पाहते.) आजचा दिवस टाळलात तर?

दत्ताजी : (हसून) नाय जमायचं.

भागीरथी : घरात पाळण्याची तयारी- थांबा (हुंदका) माझ्या मनाचं पाखरू सांगतंय आज गोटाबाहीर पडू नका.

दत्ताजी : का?

भागीरथी : उजवी पापणी उगच फरफरतिया.

दत्ताजी : मग सांगू वैऱ्याला, माझ्या बायकुचा डोळा बरा होईपर्यंत घोडी बांध म्हणून? (धावतो.) चल, चलतो ग.

भागीरथी : धनी ऽऽ (भागीरथीच्या हाती अक्षता तशाच राहतात.)

दत्ताजी : अग, शब्द दिलाय पेशवे सरकारला. स्वतः पालथा पडून यमुनेला बांध घालीन, पण वैऱ्याला दिल्लीत घुसू देणार नाही. जय कणेश्वरा! जय भवानी!

(धुक्याचे लोट. प्रवाहाचा आवाज. नदीकाठ. पाठीमागून घोड्यांचे खिंकाळणे. हत्तींचे चीत्कार. पलीकडून 'दीन दीन'चा धावा. 'हर हर महादेव'च्या आरोळ्या. घोड्यांचे खिंकाळणे. तलवारींचा खणखणाट. तोफांच्या माऱ्याचा जोरदार ध्वनी. एक राऊत धावत येतो. युद्धाची धुमश्चक्री. पलीकडून ताशे-कर्णे वाजतात. नजीब आणि कुतुबशहा येतात.)

नजीब : शहासाब, हाच तो मरगठ्ट्यांचा सरदार, दत्ताजी

शिंदा. क्यूं पगडभाई!

दत्ताजी : अरे, रोहिलखंडाच्या उंदरा ऽ! असेल हिंमत तर
सड्ड्यानं ये अंगावर. (दत्ताजीच्या अंगावर नजीब
आणि कुतुबशहा दोघेही एकाचवेळी तुटून पडतात.
खडाजंगी. लढता लढता दत्ताजीचा दोघांशी
प्रतिकार- जोरदार टक्कर- तेवढ्यात पलीकडून
तोफेचा गोळा येतो. दत्ताजीच्या मांडीत घुसतो.
रक्तात न्हालेला दत्ताजी खाली कोसळतो. तसा
कुतुबशहा त्याच्या गळ्यावर तलवारीचे पाते धरतो.
नजीब त्याच्या छाताडावर. त्याची उग्र, भयाण
चर्या आनंदी, विकट- दत्ताजी बेहोष.)

नजीब : क्यूं पाटील, लडोगे?

दत्ताजी : (बळ देऊन थरथरत्या देहाने उठण्याचा प्रयत्न
करतो.) हां-हां- क्यूं नहीं? बचेंगे तो और भी
लडेंगे! (असं म्हणता म्हणता जोराची उसळी देतो.
तसा नजीब बाजूला कोसळतो. तलवार घेऊन
दत्ताजी जिवाच्या जोराने बेहोषीत निम्मा उठतो
आणि तसाच कड्यासारखा खाली कोसळतो. नजीब
त्याच्या अंगावर लांडग्यासारखी झेप घेतो. जांबियाने
त्याचे मुंडके कापतो. भाल्याच्या टोकात खोचतो.
बाजूने आरोळ्या 'दत्ता गिर गया', 'दत्ताजी पडला
रंऽ' मराठ्यांच्या पळापळीने माणसा-जनावरांचे
आवाज - पळापळीचा आवाज कमी होतो.)

नजीब : (विकट हास्य- भेसूर दिसतो. त्यात अतीव
आनंदही.) आज तो मराठ्यांची संक्रांत! चलो,
आज हम संक्रांत मनायेंगे! (दत्ताजीच्या मुंडीकडे
बघतो. त्याच्या धमन्या पेटतात. ताबुताच्या
काठीसारखा भाला नाचवतो- स्वत: नाचवत
हसतो.) क्यूं दत्ता... जवाँ मर्द... तू तो तेज था
रे! बहुत तेज! तुझ से जंग करने में बहुत मजा
था! (दक्षिण दिशेला आव्हान करीत)...

मरगट्ट्यांनो... ये नजीब जोवर जिंदा तोवर अख्खी दख्खन उत्तरेवर चालून आली तरी दिल्लीचं मख्खन मी मरगट्ट्यांच्या घशात कधीच पडू देणार नाही. (तो मुंडके नाचवत निघून जातो. दत्ताजीच्या धडाभोवती मराठे गर्दी करतात. तिन्हीसांजेची हवा. सारे शोकाकुल, नदीकाठचा भिरभिरता वारा. 'धनी ऽ धनी ऽऽ' अशा हाका मारत भागीरथी येते. समोरच्या एका म्हाताऱ्या स्वाराला खेचते. विचारते.)

भागीरथी : कुठं हायत माझं धनी?
  (तो दुःखाने मान फिरवतो. भागीरथी पुढे धावते. जनकोजी दिसतो.)

भागीरथी : जनकोजी बाबा, कुठं आहेत माझं धनी? (तोही मान फिरवतो.) सांगाऽ सांगा कीऽ! कुठं हाय माझ्या जिवाचा सखा? माझ्या कुंकवाचा शिलेदार? तुम्हा सर्वांच्या काळजाचा का दगूड बनला? का बोलत नाही तुम्ही? (तितक्यात तिची नजर पुढं पडलेल्या दत्ताजीच्या धडाकडे जाते. ती धाव घेते. दत्ताजीचा शेला हाती घेते. 'धनी ऽऽ धनी ऽऽ' असा हंबरडा फोडत चुडा फोडते. दत्ताजीचे मुंडके दिसत नाही. ती हताश. बाकीच्या सर्वांच्या माना खाली.) कसं पाजू पाणी? कसा भरवू दह्याभाताचा घास? कसा लावू अष्टगंधाचा टिळा माझ्या रायाच्या कपाळाला? देवा, मरणाच्या दारात सजलेला साजण बघायचं भाग्य बी माझ्या फुटक्या नशिबात नसावं? (शोकाकुल. त्याच्या कमरेचा जांबिया काढते. दुःखावेगाने आपल्याच पोटात खुपसू पाहते. पोटातल्या बाळाच्या जाणिवेने कळवळून उठते. जांबिया हातामध्ये थरथरतो. पुन्हा निर्धाराने उभी राहते. ओरडते.) सांभाळ वैऱ्याऽ, एक दत्ताजी गळाला म्हणून काय झालं? आरं, दुसरा वाढवीन. तुला जन्माची अद्दल घडवीनऽ-

अंक पहिला

प्रवेश चौथा

(गारदी येतात.)

गारदी १ : काय नशीब असतं बघा एकेका दौलतीचं.

गारदी २ : इकडं दत्ताजीसारखा वीर कोसळला–

गारदी ३ : अन् तिकडं मराठ्यांनी उदगिरीच्या किल्ल्यावर
जरीपटका लहराया.

गारदी १ : होशियार ऽ होशियार ऽ

गारदी २ : बा आदब, बा मुलाहिजा, सकलगुणसंपन्न, श्रीमंत,
पुण्यवंत, पेशवा बाळाजी बाजीराव, नानासाहेब
रंगपंचमीच्या विजयोत्सवात येत आहेत हो ऽऽ
निगाह रखो ऽ मेहरबान. (श्रीमंत पेशवे दरबारात
येतात. पाठोपाठ रंगांची उधळण. शिंगेकर्णे वाजू
लागतात. दरबार पूर्ण दिसू लागतो. त्यामध्ये
गोपिकाबाई, रघुनाथ ऊर्फ राघोबा, पार्वतीबाई,
विश्वासराव व इतर खासे दिसू लागतात. रंगपंचमीचे
गाणे रंगते. पिचकाऱ्या, बेहोषी. मराठी शिपायांबरोबर
गारदीही रंग खेळत नाचू लागतात.)

गारदी : *उदगिरी पे जरिपटका लहराया*
दख्खन सारी बोली रे,
भय्या खेलो खेलो होली रे!

मर्द मराठे करिती हल्ला,

जीत लिया उदगिरी का किल्ला,

बहादुरीसे सज के आयी

देख फतेह की डोली रे!

भय्या खेलो खेलो होली रे!

विजयाचे हे झळके तोरण

बचा नही धरती पे दुष्मन,

रंग सजाती, ढोल बजाती

मरहट्टों की टोली रे!

भय्या खेलो खेलो होली रे!

(इतक्यात भाऊसाहेब पेशवे तीरासारखे प्रवेश करतात. श्रीमंत पेशव्यांच्या हातातील परात हिसकावतात अन् बाजूला फेकून देतात. गाणे थांबते. सर्व दरबार अवाक्.)

पेशवे	:	(चिडतात) भाऊसाहेब ऽऽ रंगाचा बेरंग करायची तुमची ही हिंमत?
भाऊसाहेब	:	श्रीमंत, शिमगा साजरा करा. पंचमी कशाला?
पेशवे	:	खामोष ऽऽ. आपल्या बेलगाम जिभेला आवर घाला.
भाऊसाहेब	:	(शोकाकुल) श्रीमंत ऽ, तिकडे आकाशाची कुऱ्हाड कोसळली.
पेशवे	:	काय झाले?
भाऊसाहेब	:	अब्दाली आणि नजिब्याने डाव साधला. आमचा दत्ताजी शिंदे ठार झाला!
पेशवे	:	गजानना!
सर्व दरबार	:	अरेरे! (दरबारात गलका वाढतो.)
भाऊसाहेब	:	पाण्याच्या लाटेसारखा दत्ताजी दुष्मनाला आडवा गेला. पण वैऱ्याने त्याचा घात केला. संपले सारे.
पेशवे	:	अरेरे! कडाडत्या बिजलीसारखा शत्रूवर कोसळून त्याची दाणादाण उडविणारा आमचा तो तेजस्वी मोहरा हरपला. ज्याची शिकस्त खाऊन डोंगराएवढ्या

दुष्मनालाही पळता भुई थोडी व्हायची, तो आमचा कंठमणी असा एकाएकी नाहीसा झाला!

सर्व दरबार : श्रीमंत, सूड घ्या सूड! गिलच्यांचा सूड.

रघुनाथ : दहा वर्षांच्या पराकाष्ठेनं आम्ही जे कमावलं, ते वैऱ्यानं क्षणार्धात हिरावलं.

पेशवे : खरं आहे रघुनाथ. केवळ शिंदे-होळकरांच्या खांद्यावर मान ठेवायची अन् पुण्यातल्या उंटावरून उत्तरेच्या शेळ्या हाकायच्या... तो काळ संपला आता.

दरबार : श्रीमंत, सूड घ्या. सूड घ्या श्रीमंत, सूड.

विश्वासराव : तात ऽ. आता गिलच्याला फाडायलाच हवा.

पेशवे : होय विश्वासराव, कोणीतरी खाशालाच तिकडे धाडायला हवा. अब्दालीला कंदाहारकडे पिटाळून नजिब्याचा नायनाट केला तरच आम्ही दिल्ली सांभाळू. बादशाही करार पाळू. त्या कामगिरीस पात्र असा एक मोहरा आहे आमच्या दरबारात.

दरबार : रघुनाथदादा!

पेशवे : काय दादा?

रघुनाथ : श्रीमंत, आपल्या शब्दासाठी हा राघोभरारी पुन्हा उत्तरेला गवसणी घालेल ऽऽ, पण मोहिमेसाठी हवी मात्र ऐंशी हजारांची नालबंदी. ठेवा एक करोड खजिन्याची तयारी.

भाऊसाहेब : दादासाहेब, दौलतीची आर्थिक घडी हलाखीची आहे. कारण आपण गेल्या मोहिमेत ऐंशी लाखांचे कर्ज करून आलात.

रघुनाथ : श्रीमंत?

पेशवे : खरे आहे भाऊसाहेबांचे. कर्जाच्या ओझ्याखाली दौलतीचा जीव गुदमरतोय. रीण काढून किती दिवस सण साजरे करायचे?

भाऊसाहेब : आणि दादासाहेब, राजा मोहिमा काढतो दौलत वाढविण्यासाठी. बुडविण्यासाठी नव्हे.

रघुनाथ	:	भाऊसाहेब, कोणाशी बोलता आहात? अटकेवर झेंडा रोवणाऱ्या या राघोबाशी?
भाऊसाहेब	:	माफ करा. पण, गेल्या मोहिमेत आपण फक्त अटकच जिंकलीत?
रघुनाथ	:	फक्त?
भाऊसाहेब	:	शिंदे-होळकरातला तंटा सोडवणे तुम्हाला जमले नाही.
रघुनाथ	:	देवादिकांना तरी ते शक्य आहे का? श्रीमंत, एक करोड रुपयांचा खजिना हवाच हवा. श्रीमंत, घ्यायची असेल तर एवढी रक्कम मोजून द्या. अन्यथा कोणालाही धाडा. तशी बिनआवाजाची अनेक नाणी आहेत आपल्या दरबारात.
भाऊसाहेब	:	हं. भाषा अटकेची आणि डोंगर कर्जाचे!
रघुनाथ	:	भाऊस्वामी ऽऽ फडावरची खर्डेघाशी आणि रणातला रंग यामध्ये महदंतर असते म्हटलं!
भाऊसाहेब	:	होऽ होऽऽ अटक जिंकून परत येताना समोरून अब्दाली येतोय हे समजल्यावर त्याला भिडायचं सोडून वळसा घेऊन रानमांजरासारखे दडून बसलात आणि त्याला कंदाहारची वाट मोकळी करून दिलीत.
रघुनाथ	:	भाऊस्वामी ऽऽ रणावरची रणनीती ठरवणे म्हणजे कागदावर बोरू फिरवण्याइतके सोप नसते बरे.
भाऊसाहेब	:	म्हणायचे काय आहे तुम्हाला?
रघुनाथ	:	मला जे म्हणायचे आहे ते एका बोरूबहाद्राच्या दिमागापल्याडचे आहे.
भाऊसाहेब	:	दादासाहेब ऽऽ
रघुनाथ	:	खामोष ऽऽ (सर्व दरबार चिडीचूप. भाऊसाहेब भयंकर अपमानित. पेशवे सावरण्याचा प्रयत्न करतात.)
भाऊसाहेब	:	वा ऽ! श्रीमंतांना पेशवाई मिळावी म्हणून साताऱ्याच्या दरबारात जोडे झिजवणाऱ्या चिमाजीपुत्राचा फार

सन्मान होतोय बरं! करवीरची पेशवाई आमच्याकडे चालून आली होती, तेव्हा आमचा घोडा कोणी रोखला? ...श्रीमंत, आपणच ना? हा चिमाजीपुत्र रणात उतरला तर तलवार गाजवेल म्हणून दिवाण बनवून कायमचं कोनाड्यात कोंडलेत. वर बोरूबहाद्दर म्हणून भर दरबारात संभावना?... पण लक्षात ठेवा दादासाहेब, हा भाऊसाहेब म्हणजे मिष्टान्नासाठी अन्नछत्रात पत्रावळी धुंडाळणारा कोणी भटभिक्षुक नव्हे. वसईचा किल्ला पडत नसेल तर माझी गर्दन छाटा. तोफेच्या तोंडी ठासून मला बत्ती द्या, असं मृत्युगान गाणाऱ्या चिमाजीअप्पांचं रक्त माझ्या नसानसात सळसळत आहे. बस, बस झाली ही खर्डेघाशी. पुरे ही फडणीशी. (हातातला बोरू मोडून त्याचे दोन तुकडे दोन्हीकडे फेकतात) श्रीमंत! खजिना घ्या अगर देऊ नका. या दरबाराच्या साक्षीनं उत्तर मोहिमेचा विडा मी उचलतो आहे! (सारे थक्क होतात. रघुनाथ रागाने निघून जातात. भाऊसाहेब पुढे जाऊन श्रीमंतांना चरणस्पर्श करतात.)

पेशवे	:	आयुष्यमान भव! जा भाऊसाहेब, दत्ताजीच्या वधाचा बदला घ्या.
भाऊसाहेब	:	आज्ञा श्रीमंत!
पेशवे	:	उत्तरेत मल्हारराव होळकर, गोविंदपंत बुंदेले, राघोबांचे मेव्हणे गोपाळराव बर्वे मदतीला आहेतच. शिवाय अयोध्येचा सुजाउद्दौला, विलासपूरचा सूरजमल जाट सारी आपलीच माणसे आहेत. जा! सकल उत्तरेचे राज्य करा!
गोपिका	:	थांबा ऽऽ
पेशवे	:	गोपिके, हे काय?
गोपिका	:	जरा इकडे येता?
		(बाजूला दोघांचे खासगी बोलणे.)

गोपिका	:	भाऊसाहेबांना एकट्यालाच कशाला पाठवता म्हणते मी!
पेशवे	:	तर मग?
गोपिका	:	सोबत शिक्केकट्यारीचा धनी नको?
पेशवे	:	(स्वतःकडे पाहत) या वयात? पेशवे?
गोपिका	:	हो पेशवेच. पण आजचे नव्हेत, उद्याचे.
पेशवे	:	विश्वासराव? आपले चिरंजीव विश्वासराव?
गोपिका	:	त्यांनाच पाठवा म्हणते मी!
पेशवे	:	केवढा हा गैरविश्वास? भाऊंना अकारण पायगुंता कशाला?
गोपिका	:	आधीच बुद्धीचे तेज, त्यात बरोबर लाखाची फौज! उद्या चुकून जिंकलेबिंकले तर तिकडेच पातशहा व्हायचे! दिल्लीवर डौल दाखवतील, मग आपल्या नकट्या पेशवाईला कोण पुसणार?
पेशवे	:	अग पण...?
गोपिका	:	वेळीच सावध व्हा! मोहिमेला विश्वासरावांच्याच नावाचे कुंकू लागावे. चला सांगा भाऊसाहेबांना...
पेशवे	:	काय?
गोपिका	:	तसे फर्मान काढायला. (दोघेही बाहेर येतात.)
पेशवे	:	भा-ऊ-सा-हे-ब
गोपिका	:	भाऊजी, इकडच्या स्वारींचा असा मनसुबा आहे की, मोहिमेस आपण विश्वासरावांना सोबत न्यावे.
भाऊसाहेब	:	छान! रावांची पावले म्हणजे आम्ही श्रीमंतांचा कृपाप्रसादच मानू.
गोपिका	:	मोहीम रावांच्याच नावे काढावी! त्यांच्याच नावे नाणी पाडावीत आणि करारमदार होतील तेही त्यांच्याच नावानं.
भाऊसाहेब	:	विश्वासरावांच्या?
गोपिका	:	हो. उद्याचे पेशवे आहेत ते! त्यांना कारभाराची धुळाक्षरे गिरवायचा सराव आत्तापासूनच व्हावा

म्हणते मी!

भाऊसाहेब   : कशाला आम्हावर अविश्वास दाखवता,
वहिनीसाहेब? शौर्याची संधी गवसली तर हा
भाऊसाहेब उद्या कदाचित पेशवा होईल या भीतीपोटी
अंत:पुरात कोणीही बोटे मोडू नयेत बरं. वहिनीसाहेब,
तुम्हाला आम्हापासून कसला हो धोका? पोटी
वेलच नाही तर त्याच्या विस्तारासाठी स्वार्थाचा
मांडव उभारू कशाला? उलट दौलतीचे खांब
मजबूत होण्यासाठीच कळिकाळाशी टक्कर घेईन.

पेशवे   : भाऊ...?

भाऊसाहेब   : मुजरा श्रीमंत! अब्दालीला धुळीस मिळवीन तेव्हाच
पुण्याचे तोंड पाहीन.
(तुताऱ्या वाजतात. दरबाराचे दृश्य अदृश्य. गारद्यांचे
आवाज... ''चलाऽऽ उत्तर मोहिमेला चला'' ''तय्यारी
करो'' ''चलो''... एक रस्ता दिसू लागतो. मोहिमेवर
निघायची तयारी सुरू आहे.)

अंक पहिला

प्रवेश पाचवा

(युद्धाची तयारी. गारदी येतात. गाणी गातात.)

गारदी : भरभरा तयारी करा, उत्तर मोहिमेवर चला!

गारदी २ : जंगी हुजुरात पेशव्यांची, साठ हजार फुरफुरता घोडा!

गारदी : फुरफुरणाऱ्या घोड्यांवरती चला चला रे व्हा रे स्वार, उत्तर निकली मुहीम अपनी हो तैयार, हो तैयार! शिंदे आणिक होळकरांची फौज रांगडी अपुल्या सोबत, झडू लागली, झडू लागली ऐका ही विजयाची नौबत, आगे आगे बढो सिपाही, होशियार, होशियार, (उत्तर निकली मुहीम अपनी हो तैयार हो तैयार!) चमक उठी तलवार हमारी, लखलखणारे अमुचे भाले, आम्ही आठ हजार गारदी, गनीम डरूनी पळू लागले, एक भी दुष्मन नही बचेगा ये निर्धार, ये निर्धार, उत्तर निकली मुहीम अपनी हो तैयार, हो तैयार!)

(मराठे राऊत येतात.)
(तितक्यात जेरेशास्त्री, अग्निहोत्री, पुनाळकर जोशी, डोक्यावर तुळस घेतलेल्या आक्काताई प्रवेश करतात.

(त्याही गातात.)

यात्रेकरू	:	पर्वणी आली फौजेसंगे
		मुहूर्त घावला भला
		चला हो ऽऽ चारीधामला चला ऽऽ
		चला हो ऽऽ चारीधामला चला ऽऽ
राऊत	:	काय हो शास्त्री? कुठे चाललात?
जेरेशास्त्री	:	उत्तर मोहिमेवर.
अग्निहोत्री	:	उत्तर मोहीम म्हणजे, अबब ऽऽऽ काशी, बनारस, वृंदावन, मथुरा, कुरूक्षेत्रे, महाक्षेत्रे...
पुनाळकर	:	किती किती तीर्थे!
जेरेशास्त्री	:	लढाईच्या लढाई...
पुनाळकर	:	वर देव देव!
राऊत २	:	फर्मान ऐकले नाहीत वाटतं!
जेरेशास्त्री	:	कसले फर्मान?
राऊत	:	यात्राबंदीचे.
राऊत	:	हो.
जेरेशास्त्री	:	पेशव्यांच्या राज्यात?
राऊत	:	हो, त्यांच्याच हुकमाने. विचारा हवे तर विश्वासरावना, भाऊसाहेबांना.
अग्निहोत्री	:	पेशव्यांना पुण्यात राहायचे नाही का?
जेरेशास्त्री	:	हं! म्हणे बंदी! फाडेन एकेकाची बाराबंदी! (बसकण मारतात.)
राऊत	:	चला, बाजूला हटा.
अग्निहोत्री	:	हडेलहप्पी धटिंगणांनो, धर्माचे सामर्थ्य आहे का ठाऊक?
पुनाळकर	:	छू मंतर करू तर जळून भस्मसात व्हाल!
जेरेशास्त्री	:	यांचे काय ऐकायचे? जा रे ऽऽ जा कोणी, बोलवा रे श्रीमंतांना. (तितक्यात भाऊसाहेब येतात.)
भाऊसाहेब	:	रेठरेकर, पानसे, फौजा का खोळंबल्या आहेत?
राऊत	:	या बुणग्यांना विचारा.

विश्वासराव	:	चला रे ऽ हटा रस्त्यातून.
जेरेशास्त्री	:	(सुरात) हवे तर आम्हांवरून हत्ती फिरवा. आम्ही हटणार ऽ...
यात्रेकरू	:	नाही ऽऽ...
अग्निहोत्री	:	(सुरात) समस्त ब्रह्मवृंद उत्तरेस...
यात्रेकरू	:	जाणारच!
पुनाळकर	:	सुखे चारी धाम...
यात्रेकरू	:	पाहणारच!
भाऊसाहेब	:	जेरेशास्त्री, पुनाळकर, भर रस्त्यात हा काय तमाशा मांडला आहात?
जेरेशास्त्री	:	तेच आम्ही तुम्हाला विचारतो.
भाऊसाहेब	:	फर्मान वाचले नाहीत का?
अग्निहोत्री	:	फर्मान गेले उडत... वाऱ्यावरून!
भाऊसाहेब	:	तोंड सांभाळा!
जेरेशास्त्री	:	राज्य सांभाळा!
आक्काताई	:	(तळतळाटाच्या भाषेत) देव सांभाळा, देव्हारा सांभाळा, नाही तर तुमचा कोसळून पडेल डोलारा. (तेवढ्यात लांबून श्रीमंत पेशवे आणि गोपिकाबाई येतात.)
पेशवे	:	काय प्रकार आहे?
यात्रेकरू	:	श्रीमंत आले...
पेशवे	:	फौजा का खोळंबल्या आहेत?
बुणगे	:	*श्रीमंत ऽ श्रीमंत, धर्म बुडाला*
		बेडूक फुगला, बैल झाला
		कळसावरूनी कावळा उडाला
		श्रीमंत ऽ श्रीमंत, धर्म बुडाला
पेशवे	:	ब्रह्मवृंदांनो ऽ झाले तरी काय?
जेरेशास्त्री	:	स्वत: यात्राबंदीचे फर्मान काढायचे आणि वर आम्हालाच विचारायचे, काय झाले?
गोपिका	:	भलतेच काय बोलता, शास्त्री! अहो, काशीपासून रामेश्वरापर्यंतचे भटभिक्षुक पुण्यात येतात. श्रीमंत

लाखांनी रमणा वाटतात. पुण्यनगरी म्हणजे दक्षिण काशी! तिथे यात्रांवर बंदी घालायला कोणाला आपला जीव नकोसा झाला आहे?

यात्रेकरू : तेच म्हणतो आम्ही.

भाऊसाहेब : श्रीमंत, ही यात्राबंदी नव्हे...

विश्वासराव : फक्त फौजेसोबत यात्रा न्यायला बंदी.

भाऊसाहेब : श्रीमंत, यंदाचा पेच फार मोठा आहे. गिलच्याने दत्ताजीला गिळला. होळकरांची पळता भुई थोडी केली. अब्दालीचा साठ हजार घोडा आहे. त्याच्याशी सङ्घानेच भिडायला हवे.

पेशवे : पण धर्माचे काय?

भाऊसाहेब : धर्म देव्हाऱ्यात राहू द्या, श्रीमंत! एकदा उत्तर मोहिमेची जोखीम दिलीत नं आमच्या खांद्यावर, आता यामध्ये कोणाचीही ढवळाढवळ नको.

पुनाळकर : आजवर जसे काही महाराष्ट्र देशी कोणी लढलेच नाही.

पेशवे : पण भाऊसाहेब...?

भाऊसाहेब : श्रीमंत, कृपा करा, आम्हाला नसत्या भरीस पाडू नका. यात्रेकरू आणि बुणग्यांचा लोंढा पंचवीस-तीस हजारांवर जाईल. फौजेत दुष्काळ पडेल. रोगराई माजेल...

यात्रेकरू : माजू द्या.

भाऊसाहेब : मग गिलच्याला आव्हान कोण देणार?

जेरेशास्त्री : (आभाळाकडे बोट दाखवत) तो ऽऽ

भाऊसाहेब : तो?

जेरेशास्त्री : तोच तो.

भाऊसाहेब : कोण तो?

जेरेशास्त्री : तो स्वर्गातला! श्रीमंतांचा पुण्यप्रभाव थोर. मग तो काय डोळे मिटून बसला आहे?

अग्निहोत्री : मी आत्ताच लिहून देतो... लढाई अशी जुंपणारच नाही.

भाऊसाहेब : कशावरून?

अग्निहोत्री : शास्त्राधार! भाऊसाहेब, तुम्ही न लढता युद्ध जिंकाल!

भाऊसाहेब : न लढता?

अग्निहोत्री : होऽ अगदी सरळ विजयी भव!

भाऊसाहेब : यांच्या भाकडकथांवर काय विश्वास ठेवता, श्रीमंत? नजिब्याची कातडी सोलायची असेल आणि... अब्दालीची कबर खणायची असेल तर पथके सड्यानेच जायला हवीत.

विश्वासराव : तातऽ भाऊसाहेब सांगतात तेच खरे.

पेशवे : आपली बालबुद्धी! आपण धीराने घ्या. भाऊ, धर्माला कडेवर घेऊन जोजवा असे आमच्या मातुःश्री सांगायच्या. काही झाले तरी पेशवा कर्तव्याला पारखा होणार नाही. ।

भाऊसाहेब : एकदा तलवारीशी लग्न लागल्यावर पंचपळीच्या आवाजाची पर्वा कशाला करायची? त्याऐवजी तोफेत मुंडी घालायचा विडा उचलू!

पेशवे : काय बोलता, भाऊसाहेब!

भाऊसाहेब : श्रीमंत, आत्ताच काय तो निर्णय घ्या. मराठी दौलतीला काय हवे? तख्त की आम्हाला विचाराल तर एकही बुणगा किंवा यात्रेकरू आम्ही सोबत घेणार नाही.

जेरेशास्त्री : चला ऽऽ रे!

अग्निहोत्री : आता पुढचे काय ऐकायचे?

पुनाळकर : ऐकले ते खूप झाले. डोक्यावरून पाणी गेले.

यात्रेकरू : चला ऽऽ चला ऽऽ

पेशवे : कुठे निघालात?

पुनाळकर : साताऱ्याला.

आक्काताई : छत्रपतींच्या पायांवर डोके आपटू. न्याय मागू.

अग्निहोत्री : (उपरणे झटकत) तिथेही न्याय न मिळेल तर धर्मसभा बोलावू.

पुनाळकर	:	कैलासपतीसारखा थयथयाट करू.
जेरेशास्त्री	:	पुण्यात पेशवा राहतो की धर्म उरतो तेच पाहू.
पेशवे	:	(गलबलतात) थांबा ऽ... थांबा धर्ममार्तंडांनो. धर्म बुडायला पेशवा अजून मेला नाही. जा ऽऽ... यात्रांची तयारी करा. काही अधिक उणे लागले तर खजिन्यातून मागून घ्या.
यात्रेकरू	:	(खुषीने नाचतात. गात जातात.) बोला ऽ सकल भूमीचे पुण्यवंत श्रीमंत तयांना आमचा दंडवत... दंडवत... ('दंडवत दंडवत' करत निघून जातात. भाऊसाहेब सर्द. दगडासारखे थिजून उभे. पेशवे त्यांच्या जवळ जातात. त्यांच्या खांद्यावर हात ठेवतात. भाऊसाहेबांना गलबलून येते.)
भाऊसाहेब	:	श्रीमंत ऽ सहस्र वेळा लोटांगण घालून सांगतो, तख्ताच्या वाटेवर तीर्थांचा गोंधळ नको.
पेशवे	:	अहो, धर्म म्हणजे राज्यसत्तेच्या छतावरचं मोहळ! आग्यामोहळ!! त्यापुढं छत्रपती तरी काय करणार?
भाऊसाहेब	:	धर्मभावना दुखेल या भीतीपोटी ही दुखणी तरी किती वाढू द्यायची?
पेशवे	:	भाऊसाहेब... सिंहासनाच्या मखमली गादीखाली कितीतरी विखारी आणि बोचरे काटे असतात. त्यावर बसल्याशिवाय त्या काट्यांचं ज़ालिमपण तुम्हाला कळणार नाही. भाऊसाहेब, तुम्ही निघा. आणि हो ऽ यमुनेचे पाणी नुसते डळमळले, तरी फक्त हाक द्या! अख्खी दख्खन घेऊन आम्ही तुमच्या पाठीशी उभे राहू.

अंक पहिला

प्रवेश सहावा

(छायाप्रकाशात भाऊसाहेब प्रवासास पुढे चालल्याचे दृश्य दिसते. त्यांच्या खांद्यावर घोड्यांचे लगाम, घुंगरू, चाबूक... हजारो शिपाई आणि जनावरांचा प्रवास चालू आहे. भाऊसाहेब आणि विश्वासराव अतिशय गंभीर. बुणग्यांचाही प्रवास. बुणग्यांना घेऊन जाऊ लागले. दूर कोणत्या आटिंग्या रानात, न परतायच्या गावी निघाल्यासारखा त्यांचा एकूण आविर्भाव. त्यांच्या मनातली कालवाकालव आणि ग्वाल्हेरपर्यंतचा प्रवास सांगणारे गारद्यांचे गाणे.)

उरी कालवाकालव आणि कोंडलेला श्वास,
भाऊसाहेबांचा चाले असा बिकट प्रवास!
घोडे, हजारो शिपाई, आणि बाजारबुणगे,
व्याकुळला विश्वासही भाऊसाहेबांच्या संगे,
गळ्याभोवती आवळे भाऊबंदकीचा फास
भाऊसाहेबांचा चाले असा बिकट प्रवास!
राजकारणाची बेडी, धर्मकारणाची बेडी,
स्वार्थकाट्यांनी भरले रान भयाण हे वेढी,
परतून येणे नाही असा होऊ लागे भास,
भाऊसाहेबांचा चाले असा बिकट प्रवास!

(गारद्यांचे गाणे संपत येते, तेव्हा अरेबियन संगीताच्या सुरावटी ऐकू येऊ लागतात. हळूहळू गंगाकाठचा अब्दाली पातशहाचा रानातला दरबार दिसू लागतो. अब्दालीचे अनेक वरिष्ठ सरदार, दरकदार त्याच्याच

प्रतीक्षेत बसल्याचे दिसून येते. गारदी गाण्यातून तशी पूर्वसूचना देतात.
निवेदक गारदीच इराणी भालदार-चोपदार बनून आरोळ्या ठोकत समोर
येतात.)

गारदी	:	होशियार ऽ होशियार ऽ बा आदब ऽ बा मुलाहिजा ऽऽ रुस्तम-ए-अफगाण ऽऽ पातशहा अब्दाली ऽऽ दुराणी तशरीफ ला रहे हैंऽऽ (पस्तिशीतला पातशहा धिम्या चालीने येतो. कुर्च्यात बसतो. गारदी पुढे ललकाऱ्या देतात.)
गारदी	:	निगाह रखे मेहरबानऽ निगाह रखोऽ होशियारऽऽ
दरबारी	:	आदाब अर्ज है हुजूर, आदाब अर्ज है।
अब्दाली	:	वजिरे आझम!
शहाबली	:	जी, जहाँपनाह!
अब्दाली	:	हिंदुस्थानच्या मट्टीमध्ये येऊन आम्हाला किता वखत झाला?
शहाबली	:	(बोटे मोजतो) तकरीबन एक बरस!
अब्दाली	:	एक बरस? एक मरतबा हम मुनाफे को नजरअंदाज कर सकते हैं, लेकिन कुछ सुकून तो हाथ लगे?
शहाबली	:	किब्लाये आलम! वजिराने तशी ज्यादा बात करू नये, फिर भी...
अब्दाली	:	बोलो ऽ बोलो।
शहाबली	:	आम्ही दस सरहद्दी पार करून हिंदुस्थानात दाखल झालो ते कशासाठी? इस्लामच्या सलामतीसाठी का आपासातला खूनखराबा बघण्यासाठी?
अब्दाली	:	खूनखराबा? और आपसमें? वजिरे आझम?
शहाबली	:	काल ताजियांच्या जुलसात शिया-सुन्नींमध्ये बडा दंगाफसाद झाला. दुष्मनांसारखा त्यांनी एकमेकांचा गला घोटला. बारा लोग आपसमें लडके अल्ला को प्यारे हो गये।
अब्दाली	:	लानत है, ऐसे गधोंपर। बार बार चिल्लाते है इस्लाम खतरेमें है, इस्लाम खतरेमें है। इस्लामच्या हिफाजतीसाठी दूर कंदाहारवरून आम्हाला

बोलावलंत. और यहाँ दंगाफसाद वो भी भाईभाईमें! मूहर्रम के दंगे को जो जिम्मेदार है उन्हे फौरन हाजिर किया जाए!

जहाँनखान : जी, जहाँपनाह! (मोठ्याने टाळीचा इशारा देतो. तसे मुसक्या बांधलेल्या तिघांना सादर केले जाते. ते थरथर कापताहेत.) ये है फसाद भडकानेवाले मक्कार नेता! यांचे चालीस बेशर्म साथी बाहर खडे आहेत.

अब्दाली : चालीस?

जहाँनखान : जी हां हुजूर!

अब्दाली : उनके नाकमें भाला घोंप दो। गधेपे बिठाकर उनका फौजी बाजार से जुलूस निकालो।

जहाँनखान : जी हुजूर!

शहाबली : और इनके साथ क्या सुलूक किया जाय, जहाँपनाह? (तिघेही धाय मोकलून रडतात. पातशहाच्या हातापाया पडतात. गडबडा लोळतात.)

तिघे : रहम हुजूर, रहम!

अब्दाली : जाओ, इन्हे छोड दिया जाय!

तिघे : (आनंदून) हुजूर, शुक्रिया हुजूर!

अब्दाली : इन्हे फाँसीके तख्तेपर मत लटकावो! सिर्फ उबलते तेल की कढाईमें फेंक दो! (तिघेही जीव तोडून ओरडतात. "हुजूर ऽऽ हुजूर ऽऽ")

अब्दाली : तामिली ऽ (तसे तिघांनाही बाजूला फरपटत नेले जाते. तिथेच बाजूला उकळत्या तेलाची मोठी कढई मांडली आहे. त्यातील पेटट्या, रटरटत्या तेलाचा आवाज ऐकू येतो. सर्वांची घाबरगुंडी, वजीर कसाबसा धीर करून पातशहाच्या जवळ येतो.)

शहाबली : हुजूर ऽ इतनीसी भूल! और इतनी बडी सजा!

अब्दाली : जरूरत थी वजिरे आझम, जरूरत थी! देखने

दो, समझने दो, दुनिया के तमाम मुसलमानों को, आपसमें लडने का अंजाम क्या होता है?

शहाबली : जहाँपन्हा?

अब्दाली : आप नहीं जानते उस मराठा जात को! दो बरस पहले, अफगाण सरहद् के पास अटक नदीपर उस राघोबा मराठे ने झंडे गाड दिये. तो दिल्लीचा पातशहा भी मरगट्ट्यांच्या इशाऱ्यावर नाचतो. और अभी, वो भाऊसाहब एक लाख की फौज लेकर हमारी ओर बढ रहा है. ये ज़ालिम जात ऐसेही बढती रही, बढती रही तो अटक नदी से कंदाहार दूर नहीं वजिरे आझम! इसलिये मराठों को उनके मुल्कमेंही दबोच देना ये हमारा यहाँ आने का असली मकसद है.

शहाबली : जी जहाँपन्हा!
(कढईमध्ये त्या तिघांना फेकण्याची तयारी सुरू आहे.)

अब्दाली : वजिरे आझम, मौतके नजारेसे पहले थोडा जिंदगी का जश्न हो जाय!

शहाबली : जहाँपनाह ऽ बरेलीवाली तैयार आहे.
(टाळी वाजवतो. गडबडीत एक तवायफ आणि तिचे साजिंदे येतात. नृत्य सुरू होते. कड्यावरून खाली उडी घेण्यापूर्वी एक प्रेमी युगुल एकमेकांना समजावते आहे, अशा अर्थाचे मृत्यूच्या सावलीतील दर्दभरे प्रेमगीत सुरू होते.)
मौत के सामने जख्मेदिल गात से,
दर्द-ए-इश्क का जख्मेदिल गात से!
धुंद पंछी उडे बाण वेधी तया,
हाय रक्तामध्ये आपुल्या न्हातसे!
काय दिलू चीज ही जानता है कोई?
अंध दुनिया इथे येतसे, जातसे!

(गीतावर तवायफ नाचते आहे. ध्रुवपद संपते,
तोच तिघांना कढईत फेकण्याची तयारी पूर्ण झाल्याचे
जहाँनखान खुणावतो. अब्दाली नजरेनेच इशारा
देतो. तसे त्यातील एकाला कढईत फेकले जाते.
त्याच्या काळीज फाडणाऱ्या करुण किंकाळ्या.
त्या ऐकून तवायफ, साजिंदे जागच्या जागी गोठून
उभे राहतात. तसा अब्दाली डोळे वटारून बघतो.
पुन्हा नाच सुरू होतो. अब्दाली क्रूर आनंद लुटतो
आहे. एकापाठोपाठ एक तिघांना कढईत फेकले
जाते. थोड्या वेळाने नजीब येतो. त्याला पातशहाला
काहीतरी गडबडीने सांगायचे आहे; पण अब्दाली
तिकडे दुर्लक्ष करतो. तो पुन्हा पुन्हा सांगण्याचा
प्रयत्न करतो. पातशहाचे दुर्लक्ष. नजीब वैतागतो
आणि पुढे जाऊन तवायफबरोबरच आडवा-उभा
नाचू लागतो. ती नाराज होऊन बाजूला जाते
आणि नजीब वैतागून नाचतच राहतो. तसा पातशहा
टाळ्या वाजवतो.)

अब्दाली	:	बहोत खूब!
नजीब	:	बहोत खूब?
अब्दाली	:	जहाँनखान, इस लौंडी को घागराचोली का नजराना दिया जाय!
नजीब	:	हुजूर, थोडा ऽ सब्र करा.
अब्दाली	:	क्यूं?
नजीब	:	साडीचोळीचा नजराणा घेऊन, मराठेच दौडत येताहेत आपल्या भेटीला.
शहाबली	:	(तलवार उचलून धावतो) जबान संभाल बेवकूफ!
जहाँनखान	:	बेमुर्वतखोर! ज्याच्या सिर्फ घोड्यांच्या टापांनी देशोदेशींच्या सरहद्दी थरथर कापतात, ज्याच्या सिर्फ नजरेच्या धारेने दुष्मनांचे झंडे मोडून पडतात, त्या पातशहासमोर जुबान खोलायची तुझी ही हिंमत?

नजीब	:	(गयावया करतो) हुजूर, गुस्ताखी माफ हुजूर!
अब्दाली	:	वाह ऽ! आप सिर्फ हिंदुस्थानमें कदम रखिये। सारी इस्लाम को मैं इकट्ठा कर दूंगा। आपल्या पायावर हिरेजवारातची बरसात करूंगा, कोणाचे होते हे वादे?
नजीब	:	हुजूर, सब तैयार रखा है!
अब्दाली	:	कहाँ?
नजीब	:	दख्खन में! पुणे, पैठण, पंढरपूर! सोने, चांदी, हिरे-जवारातीने बाजारच्या बाजार सजले आहेत.
अब्दाली	:	यहाँ आनेसे पहले ये वादे तुमने तो उत्तर केलिये किये थे और अभी दख्खन की बाते?
नजीब	:	हुजूर!
अब्दाली	:	मराठ्यांच्या मुलखात येऊन आम्हाला दफन करायचा इरादा दिसतो तुझा.
नजीब	:	तौबा हुजूर! ऐसी तो बात...
अब्दाली	:	सुजाउद्दौलाचे काय झाले?
नजीब	:	अयोध्येला जाऊन त्याच्यापुढे हजार बार मी कैफियत मांडली... नाक रगडले, आलमपन्हा!
शहाबली	:	आमच्या गिरफ्तमध्ये सुजा यायची बात तर दूरच, उलट गंगापार त्या बुद्धूच्या गोविंदपंताने कोहराम मचावलाय.
अब्दाली	:	गोविंदपंत? कौन है यह?
शहाबली	:	पेशव्यांचा मामलतदार! मराठ्यांच्या फौजेसाठी त्याने गंगेकडे लाखोंचं रसदपानी जमवलंय!
जहाँनखान	:	देखा आलमपन्हा! भाऊच्या फौजेसाठी सब हिंदू इकट्ठे होतात. लाखोंची रसद जोडतात.
अब्दाली	:	और हमारे ये मुसलमानभाई!
नजीब	:	पुन्हा कोशिश करतो हुजूर!
अब्दाली	:	नजीब शुरूसेही मैं बता रहा हूँ, अयोध्या का हराभरा मुल्क, ढेर सारी रसद, सुजा है बहुत बडी ताकद! उसके कदम जरा भी इधर-उधर हुए

तो जंग का रूख बदल सकता है। कुछ भी
करो। हमें सुजा चाहिये, सुजा!

नजीब : मैं तो कोशिश...

अब्दाली : कोशिश, कोशिश, कौनसी कोशिश? या वख्ताला
अयोध्येत काय चाललं आहे तुला अंदाज?

नजीब : हुजूर?

अब्दाली : अभी इस वख्त शिंदे-होळकरांचे कारभारी अयोध्येत
डेरा डाल बैठे है!

नजीब : या अल्ला!

अब्दाली : सुजाची अम्मीजान... अयोध्येची बडी बेगम,
मस्जिदीत जाऊन दुवा मागतेय.

नजीब : आमच्या सलामतीसाठी?

अब्दाली : नहीं बेवकूफ, मराठ्यांच्या फतेहसाठी!

नजीब : या अल्लाह!
(तितक्यात एक सरदार धावत येतो.)

सरदार : हुजूर, हुजूर ऽ...

अब्दाली : क्या हुआ?

सरदार : मराठ्यांचा सिपासालार भाऊ लाखाची फौज घेऊन
ग्वाल्हेरजवळ पोचला. एक-दो रोज के अंदर वो
सुजाके पास जा पहुँचेगा!

नजीब : या अल्ला...हुजूर, मैं तो बरबाद हो गया।

अब्दाली : वजिरे आझम?

दोघे : जी जहाँपन्हा!

अब्दाली : (उठतो) चलो ऽ हम कंदाहार वापस चलते है।
(नजीब पुढे धावतो. अब्दालीच्या पायांवर कोसळतो.
ढसाढसा रडू लागतो.)

नजीब : हुजूर, कहाँ जा रहे हो हुजूर! तुमच्या बळावर मी
त्या दत्ता शिंद्याला छाटला. दख्खनच्या वाघाला
डिवचला. नाहीतरी एक दिवस मरगट्ठे माझा कोथळा
फाडतीलच. त्यापेक्षा माझी मुंडी तुम्ही घेऊन जा
हुजूर.

अब्दाली	: नजीब तो बेवकूफ है।

अब्दाली : नजीब तो बेवकूफ है।

नजीब : (स्वत:च्या डाव्या थोबाडात मारून घेतो) बराबर है हुजूर!

अब्दाली : मक्कार है... कमिना है।
(नजीब स्वत:च्या श्रीमुखात अनेकदा मारून घेतो आणि अब्दालीचे पाय धरतो.)

नजीब : लेकिन अपना तो है न हुजूर? रोते हुए बालबच्चे तो अपने है। इस्लामी माँ-बहने तो अपनी है। एका नादान नजिबासाठी मजहबकडे पाठ का फिरवता? ...हुजूर... जो चाहे, जितना चाहे, जैसा चाहे ले लो, लेकिन आम्हाला असे बेसहारा सोडून नका जाऊ, हुजूर!

अब्दाली : तो करोगे दस लाख का बंदोबस्त?

नजीब : बीस लाख देतो, जहाँपन्हा!

अब्दाली : चार दिन के अंदर?

नजीब : नहीं, नहीं... दो दिन के अंदर!

अब्दाली : और सुजा?

नजीब : त्याची तर फिक्र सोडा जहाँपन्हा! जादूगर बनूंगा या शैतान, हर हाल में त्याला तुमच्यासमोर हाजिर नाही केला तर नावाचा नजीब नाही!

अब्दाली : एक मरतबा सुजाची फौज आली न आली बेहत्तर! तकदीर की लकीर और जंग की तासीर कुछ भी हो, हमारे लिये तो सुजा की बस हाजरी काफी है!

अंक पहिला

प्रवेश सातवा

(गारदी येतात. सुजाचे राजकीय महत्त्व सांगणारे गाणे गातात. तो हिंदुस्थानभर सर्वांत महत्त्वाचा कसा आहे, त्याला मिळविण्यासाठी भाऊसाहेब आणि अब्दालीमध्ये कशा झटापटी चालल्या आहेत.

पट भी छाई शतरंजकी
मोहरे चले, साजीसके
राजकाज की धूम मचाई
ये उलटीसिधी चाले ऽ
रंगलाय खेल नया,
नया खेल जानलेवा
सुरू जाला खेळ असा,
असा खेळ जानलेवा ऽ

गाणे चालू असतानाच गंगेकाठी सुजाने टाकलेला डेरा दिसतो. रात्रीची वेळ, सुजाशी मराठ्यांच्या कारभाऱ्यांची खलबते चालली आहेत. कारभारी त्याला आपल्या जवळील तवारिखा (राजकीय कागदपत्रे) देतात. ती तो डोळ्यांखालून घालतो. मी तुम्हालाच मदत करणार असे मराठ्यांच्या कारभाऱ्यांना सांगतो! त्यांच्या पुणेरी पगड्या डोलतात. कारभारी सुजाच्या कपाळाला भंडारा लावतात. सिंहासनाच्या आडून

नजीब डोकावतो. नवाबाच्या कपाळावरचा भंडारा पाहतो.)

नजीब	:	थोडा इस्लाम केलिये भी माथा खाली रखे नवाबसाहाब!

नजीब : थोडा इस्लाम केलिये भी माथा खाली रखे नवाबसाहाब!

सुजा : आपकी जुबाँपर इस्लाम की बाते? भूल गये नजीबखान, दिल्लीकी भरे बाजारमें माझ्या अब्बाजानचा अंगरखा फाडून त्यांची सरेआम बेइज्जती कोणी केली होती? आपहीने तो? त्या वख्ताला अयोध्या वाचवली ती मराठ्यांनीच. तब कहाँ गया था आपका इस्लाम?

नजीब : ये सब किसलिये?

सुजा : भाऊसाहब के खातीर!

नजीब : वो तो एक काफर मरगट्टा!

सुजा : लेकिन वतन का रखवाला! दिल्लीचं तख्त वाचविण्यासाठी आज तोच जंग करतो आहे.

नजीब : क्या सबूत?

सुजा : ''हिंदू आणि मुसलमान, दोन तीर एक कमान! आधी परका शत्रू नाहीसा करू'' उनकेही है ये अल्फाज.

नजीब : अजी उनके लब्ज, मछवारों का जाल! फसोगे तो छटपटाओगे गळाला लागलेल्या मछलीसारखे.

सुजा : मतलब?

नजीब : भूल जाओ वो खोखले वादे! (स्वत:जवळचे फर्मान पुढे करतो.) ये लो ठोस फर्मान!

सुजा : फर्मान?

नजीब : मुबारक हो सुजासाहेब, आप तो हिंदुस्ताके वझिरे आझम बन गये!

सुजा : (सुजा त्याच्याकडे फर्मान मागे देत) बंद करो ये नौटंकी! जावोऽ, सांगा तुमच्या पातशहाला. अयोध्येचा नबाब वादा निभावणार. तो मराठ्यांनाच साथ देणार.

नजीब : क्या बात करते हो साहबान? मालूम है-ही जंग

कोणाकोणात आहे?

सुजा : दोन राजसत्तेत. वतनचे रखवाले आणि लुटेरे यांच्यात.

नजीब : नहीं हुजूर, ये जंग है सिर्फ हिंदू आणि मुसलमानात.

सुजा : ये सरासर झूठ है।

नजीब : यही सच है।

सुजा : नजीबखान, आपल्या बेबाक जुबानच्या जोरावर या लढाईला मजहबचा रंग देऊ नका. मराठ्यांच्या पक्षात आहे इब्राहिमखाँ आणि अब्दालीच्या साथीला हिंदू जमिंदार! याचंच नाव शियासत-राजनीती!

नजीब : मेरे भोले नबाब! नहीं हा जंग दोस्त आणि दुष्मनातला, नाही ही लढाई हिंदुस्थान आणि अफगाणातली, नव्हे ही टक्कर उत्तरेची आणि दक्षिणेची, नबाबजी ऽ नबाबजी ऽऽ यह धर्मयुद्ध है, कुफ्र और इस्लाम के बीच का।

सुजा : नहीं, मैं नही मान सकता।

नजीब : नबाबसाहब आँखे खोलो, वरना एका कुराणाच्या जागी दिसतील ती अठरा पुराणं. एका अल्लाच्या जागी ती तैतीस करोड देवांची खोगीरभरती! (हात जोडतो.) ऐसा मत करो भाई! मेरे साथ अभी के अभी चलो।

(नबाबाचा एक सरदार धावत येतो.)

सरदार : हुजूर, दगा ऽ दगा ऽऽ दगा ऽऽऽ

सुजा : क्या हुआ बालेखाँ?

बालेखान : जहाँनखानने अयोध्यावर हमला चढवला आहे. रस्त्यातली बावीस गावे त्याने भस्मसात केली.

सुजा : जहाँनखान? (नजिबास) क्यूं भै, हा तर अब्दालीचाच सेनापती नं?

नजीब : वो तो बेवकूफ!

सुजा : वो बेककूफ है, या ये षडयंत्र?

सुजा : वो कैसे?

नजीब : हुजूर! गंगेला बडी बाढ आली आहे. तुम्हारा और भाऊ का मिलना इस जिंदगी में तो मुमकीन नहीं! आप दोनोंकी मुरादे गंगाके पानी में बह गयी। एका बाजूला भाऊचा रास्ता बंद झाला आणि दुसरीकडे बाईस गावे खाक झाली. आज तो सिर्फ बाईस गॉव, कल पूरी अयोध्या खाक में मिल सकती है!

सुजा : जला दो! जला दो! पुरी अयोध्या जला दो, पर्वा नहीं! आम्ही मराठ्यांनाच साथ देणार.

नजीब : जरा दिमाग से सोचो नबाबसाहब...

सुजा : क्या?

नजीब : अब्दाली तो पराया मेहमान! हमारा इस मुल्कसे इमान!

सुजा : (शंकित होऊन बोलतो) आप दोनो तो सुन्नी! मैं शिया!

नजीब : (हसतो) शिया और सुन्नी! इस्लामच्या बदनचे दोन हाथ! एकही रूह, एकही जान, एकही इस्लाम!

सुजा : नहीं, चलो, अभी के अभी चलो।

नजीब : नहीं? आप नहीं जानते उन काफरों कीं औकात! ते पापी हिमालय पर्वताला कैलाश मानतात. तो कैलाश पर्वत- भी जटाधारी शंकराचीच बस्ती. ती जटासुद्धा अशी ज़ालिम जिससे गंगा बहती है और वो गंगाभी ऐसी पापी जो दुनिया के पाप धोती है । बोलो, क्या मतलब इस मायाजाल का?

सुजा : क्या?

नजीब : इन काफरो ने जल, स्थल, फल, पर्वत, आप, तेज, वायू, आकाश सारी दुनिया को गिरफ्तमें लपेट रखा है। (हात जोडतो) छोड दो ऐसे मक्कारों का साथ... चलो मेरे दाताऽ मेरे बाप, चलो, पातशहाके पास चलो।

(सुजा निश्चल उभा. नजीब स्वतःवर चिडतो. केस
उपटतो. संतापाने थयथयाट करतो. तरीही सुजा
थंड.)

नजीब : (कळवळतो) तुम्हाला समजावून समजावून माझा
दम घुटला. लेकिन आप ऐसे बेअसर!... बस
अभी आख़िरी एकही इलाज। (खंजीर काढतो.
त्याच्या लखलखत्या पात्याकडे पाहतो. कुर्बानी
ऽ इस्लाम केलिए कुर्बानी!

सुजा : मौत?

नजीब : हां, हां... आपको मुझे मारना पडेगा... ले...
लो, ले लो। (जुलमाने त्याच्यापुढे खंजीर करतो.)

सुजा : नहींऽऽ

नजीब : (ओरडतो) क्यूं नहीं? मला काफरांच्या हातामध्ये
देऊन माझ्या शहादतवर धब्बा लावायचा इरादा
आहे की काय तुमचा? ले... लो, मेरी गर्दन उडा
दो!

सुजा : नहीं ऽऽ

नजीब : कौन है आप? जिहादमें संग नहीं आते और
मौतभी नहीं देते? बोलो, साथ या मौत? मौत
या साथ?
(सुजाला दरदरून घाम फुटतो. तो मोठ्याने
ओरडतो.)

सुजा : पानी ऽऽ पानी ऽऽ

नजीब : हां ऽ हां. क्यूं नहीं? (सुरईतून पाण्याची धार
धरतो. सुजा घटाघट पाणी पिऊ लागतो. जब
हम कब्रस्तान में जायेंगे, तब कौन पिलायेगा
पानी? कोई धरमका बंदाही होगा नं? (ओरडून)
काफर तो नहीं होगा? (ढसढसा रडतो. ओरडतो.
स्वतः बडवून घेतो) मुझे मौत दे दो, मौत! (संपूर्ण
लालेलाल होतो. नसन्नस पेटलेली. आभाळाकडे
पाहतो.) अय परवरदिगार! मक्का-मदिने तक पहुँचने

दो नेकनामी! इस्लाम की हिफाजत के वास्ते अल्ला का एक बंदा नजीब, अल्ला को प्यारा हो गया, और एक कौमी नबाब, धरम का रखवाला होकर भी...

सुजा : ठहरो नजीब! (सुजा नजिबाच्या खांद्यावर झुकतो. नजीब त्याला कडकडून मिठी मारतो. डोळे पुसत आभाळाकडे पाहत ओरडतो.)

नजीब : अय खुदा, तेरा लाख लाख शुक्र! आम्हा गाझींना कामयाबी दे! आम्हा गाझींना कामयाबी दे!

अंक पहिला

प्रवेश आठवा

(दरम्यान, मराठ्यांनी मात करून दिल्ली जिंकली आहे. लाल किल्ल्याचा भाग दिसतो. दारूकाम. त्यात गारदीही सहभागी झालेत. ते उत्साहाने मिठाई वाटत आहेत.)

गारदी : (गातात)
फड फड फडकला, फडकला
मराठी झेंडा दिल्लीवरती
हिंदु-मुस्लीम भाई, संदेशा एकच जाई
गा खुल्या दिलाने आता
मर्दानो शक्कर वाटा...
(सनई-चौघडे, पिपाण्या वाजताहेत. भाऊसाहेब राज्याभिषेकाला जायच्या तयारीने बाहेर येतात.)

भाऊसाहेब : सर्व राजघराण्यांना, मारवाड, मेवाडकरांकडे आमंत्रणे गेली?

गारदी १ : जी सरकार.

गारदी २ : सबकुछ हुआ! खुत्बा पढायची पण तयारी झाली.

भाऊसाहेब : अन् आम्ही द्यायचा नजराणा?

गारदी १ : हे घ्या राजवस्त्र. काश्मीर बजार से खास बनाकर लाया है। (राजवस्त्र देतो. विश्वासराव 'थांबवा ऽ थांबवा तो सोहळा' असे आतून ओरडत येतात.

पाठोपाठ मल्हारराव आणि जनकोजी.)

विश्वासराव	:	थांबवा, थांबवा तो सोहळा. बंद करा तो सनई-चौघडा. (गोटाजवळची सर्व वाद्ये जिथल्या तिथे थांबतात. विश्वासरावांच्या कृत्यामुळे भाऊसाहेब थबकतात.)
विश्वासराव	:	काकासाहेब, त्या अलिगोहराची तख्तपोशी तातडीनं थांबवा.
भाऊसाहेब	:	हा काय तमाशा, विश्वासराव?
मल्हारराव	:	मर्द मावळ्यांनी रक्ताचं पाणी करून दिल्ली जिंकली ती कशापायी? त्या गैऱ्याच्या पत्रावळीवर फेकायसाठी?
विश्वासराव	:	भाऊकाका, आत्ताच सावरा. तो समारंभ आवरा.
जनकोजी	:	हिंदुस्थानच्या इतिहासात पहिल्यांदाच आमचा जरीपटका दिल्लीवर फडकतोय.
विश्वासराव	:	अन् दारावरच्या लक्ष्मीला तुम्ही लाथ मारता? उद्या दिल्ली दिल्ली करून टाचा घाशीत आमच्या कित्येक पिढ्या बरबाद होतील. (भाऊसाहेब नि:स्तब्ध पुतळ्यासारखे. बुरुजापलीकडून मात्र अलिगोहराच्या राज्याभिषेकाची जोरदार तयारी चालू आहे. फार्सी-अरबीतील कुराणातील आयते ऐकू येतात. तशी त्या तिघांची चुळबूळ वाढते.)
जनकोजी	:	घाई करा, तिकडं खुत्बा सुरू झाला.
विश्वासराव	:	भाऊकाका ऽ ऐका आमचं, बंद करा तो राज्याभिषेकाचा तमाशा.
जनकोजी	:	एखादा कर्ता मराठी पुरुष बसवा सिंहासनावर.
मल्हारराव	:	एकदा दिल्लीवर आपली पकड बसली की हिंदुस्थान आमच्या टाचेखाली येईल. (तरीही भाऊसाहेब नि:स्तब्ध.)
विश्वासराव	:	आज दिल्ली जिंकून बेभान झालेल्या प्रत्येक मराठ्याची हीच इच्छा आहे.

जनकोजी : हो, दिल्लीची गुरुकिल्ली मराठ्यांच्याच हातात पाहिजे.

मल्हारराव : मराठी माणसाचं बूड दिल्लीच्या त्या ज़ालिम सिंहासनाला एकदा तरी लागू द्या, भाऊसाहेब... अवं बोला की, पावसात गारठलेल्या मेंढीसारखं तुम्ही गप का?

(पलीकडून तख्तपोशीचे आवाज, भालदार-चोपदारांच्या ललकाऱ्या. समारंभाला अनेक बडे मेहमान येत असल्याचे आवाज. भाऊ नि:स्तब्धच. तिघे अधिक अस्वस्थ.)

जनकोजी : भाऊकाका ऽ त्या अलिगोहराऐवजी आपण स्वत: गादीवर बसा.

मल्हारराव : तुम्हाला बसायचं नसलं तर या पेशव्याच्या पोराला गादीवर बसवा.

जनकोजी : अन् तेही करायचं नसलं तर एखाद्या पाणक्याला बसवा.

दोघे : पण मराठी माणूस बसवा.

(भाऊसाहेब शांततेनं वस्त्र उचलतात. तख्तपोशीच्या इराद्याने पावले उचलतात.)

भाऊसाहेब : (सेवकास) तख्तपोशीसाठी इब्राहिम साहेबांना बोलवा रे!

मल्हारराव : अरारा ऽ आता कोडं सुटलं. मगापासून हे का चिडीचूप होतं ते.

विश्वासराव : भाऊकाका, रात्रभर खल शिंदे-होळकरांच्या कारभाऱ्यांशी केलात आणि निर्णय मात्र इब्राहिमच्या इशाऱ्यावर घेतलात! त्या इब्राहिमकडनं तरी शिका! कशी जातीला जात मिळती, अन् दाढीला दाढी जुळती!

जनकोजी : तुम्ही मात्र महाराष्ट्र धर्माची माती केलीत!

विश्वासराव : ठीक आहे, भाऊकाका! नसेल पाळायचा तुम्हाला मराठी धर्म, नका पाळू. पण आम्ही मात्र त्या अलिगोहराला लाल किल्ल्याच्या मातीत

सिंहासनासकट दफन करू! चला ऽऽ (तिघेही
त्वेषाने पाय आपटीत निघतात.)

भाऊसाहेब : थांबा ऽ दिल्लीच्या सिंहासनापर्यंत पोचण्यापूर्वी
आपले स्वत:चे पाय खरोखरच बळकट असल्याची
एकदा खात्री करून घ्या आणि मगच पाऊल पुढे
टाका! महत्त्वाकांक्षा म्हणजे पराक्रमी पुरुषाची प्रभाच!
पण तिचे पंखसुद्धा पोलादी असावे लागतात,
जनकोजी! इथे शिवाजी होण्यासाठी प्रत्येकाने
गुडघ्याला बाशिंग बांधले आहे; पण स्वराज्य
तारण्यासाठी प्राणाची बाजी लावणारे तानाजी,
बाजी आजूबाजूला असावे लागतात! 'दिल्लीच्या
सिंहासनावर मराठा' या नुसत्या कल्पनेनेच आमचंही
अंग मोहरून जातं! पण औट घटकेचं सिंहासन
बळकावून जन्माचं हसं कशाला करून घ्यायचं?
विसरलात की काय महाराजांची शिकवण? जेवढ्या
मुलखातून आपला घोडा दिमाखानं दौडेल, तेवढ्याच
भूमीवर आपला हक्क सांगावा. जिंकलेल्या परिघात
आधी प्रशासन राबवावे आणि मगच पुढे झेप
घ्यावी. तुम्हाला काय वाटतं आम्ही अनभिज्ञ
आहोत? एका बाजूने मारवाड, मेवाड, जाट,
तिकडे गंगायमुनाकाठचे रोहिले, पठाण, अठरापगड
जाती दिल्लीसाठी वखवखलेल्या आहेत! अन्
अशा नेमक्या क्षणी आम्ही बादशाही करार गुंडाळून
जर अलिगोहराला गादीवरून हुसकावला तर या
भूमीतले आणि भूमीबाहेरचे मुसलमान एक होतील.
आणि आताशा कुठं आकार घेत असलेल्या आपल्या
देशी हिंदू-मुस्लीम एकजुटीला नेस्तनाबूद करतील.
एवढं साधं राजकारण तुम्हालाही कळू नये,
मल्हारकाका? सत्ता मिळवणं कठीण नसतं. पण
ती पचवायला, रिचवायला आणि टिकवायला
असामान्य धैर्य लागतं! फक्त लुटीच्या आणि

खंडणीच्या साखळीवर राज्ये चालत नाहीत. दौलती उभ्या राहत नाहीत. ठोस प्रशासन, भरभक्कम आर्थिक घडी, संरक्षणाची पोलादी तटबंदी आणि शिवाजी राजांसारखं उच्च ध्येयाचं अधिष्ठान असेल तर मानी मराठ्यांनो, तुम्ही दिल्लीच काय, पण इंद्रपदावरसुद्धा दावा सांगू शकाल! पण यापैकी आमच्याकडं काय आहे? जातीपातीच्या कुंपणात विभागली गेलेली माणसं, उबग येईल इतका स्वार्थ, मातीशी द्रोह, ऐतखाऊ बालबच्चे आणि अंगाला जळूसारखे चिकटणारे पावणेरावळे! या खानदानी पंचमहाभूतांना घेऊन तुम्हाला महाराष्ट्र कधी सांभाळता आला नाही, आणि राष्ट्र सांभाळायच्या वल्गना करीत मिशयांना कसले पीळ भरता? बघायचा आहे तुम्हाला अव्वल राष्ट्रद्रोह! कोण उतावळा झाला आहे सिंहासनासाठी? विश्वासराव, बसता गादीवर? सुभेदार, हवे का तुम्हाला... सिंहासन? का जनकोजी तूच... टिळा लावतोस? थांबवू का ती ताजपोशी? (ओरडतात) थांबवा रे ती ताजपोशी! पण त्या आधी उघड्या डोळ्यांनी पाहा गद्दारी! गद्दारीनं माखलेला राजदंड! कोण आहे रे तिकडे! आणा ती दौलत!

(सेवक-गारदी दोन कलश घेऊन येतात. भाऊसाहेब कलश हातात घेतात.)

<table>
<tr><td>भाऊसाहेब</td><td>:</td><td>होळकर, हा घ्या मंगल कलश अन् शिंदे, तुम्हालाही घ्या हा कलश (देतात.)</td></tr>
<tr><td>मल्हारराव</td><td>:</td><td>काय आहे त्यात?</td></tr>
<tr><td>भाऊसाहेब</td><td>:</td><td>नगद दीड लाख मोहरा!</td></tr>
<tr><td>मल्हारराव</td><td>:</td><td>इतका पैसा? कसला?</td></tr>
<tr><td>भाऊसाहेब</td><td>:</td><td>दिल्ली जिंकण्यापूर्वींच काही मराठ्यांनी तिचा सौदा केला होता, त्याची ही आगाऊ रक्कम! हा ऐवज काल पंजाबकडे सरहिंदच्या पेढीवर चालला होता.</td></tr>
</table>

असे लटपटता का? पाहा, पाहा, वरची मोहर नीट तपासून पाहा. आहे ना एकावर शिंद्यांची मुद्रा आणि दुसऱ्यावर होळकरांची?
(दोघेही अवाक.)

मल्हारराव : याच्याशी माझा काही संबंध नाही.

जनकोजी : माझाही संबंध नाही.

भाऊसाहेब : कोण म्हणाले तुमचा याच्याशी संबंध आहे? श्रीमंत विश्वासराव पेशवे, बसता दिल्लीच्या तख्तावर?

मल्हारराव :
जनकोजी : हे, हे कुभांड आहे मुद्दाम रचलेलं.

भाऊसाहेब : खामोष! कुभांड नाही, हे नागवं राज्य आहे! अन् त्याचे जिम्मेदार... (टाळी वाजवून हाक देतात) इब्राहिमखान!
(इब्राहिमखान साखळदंड घातलेल्या दोघा मराठ्यांना घेऊन येतो. त्यांच्या तोंडावर काळे बुरखे आहेत.)

भाऊसाहेब : घ्यायचं आहे दर्शन तुम्हाला, दिल्ली जिंकण्यापूर्वीच ती विकणाऱ्या महापुरुषांचं!
(जनकोजी आणि मल्हाररावांचे हात तलवारीवर जातात. तलवारी अर्धवट म्यानाबाहेर येतात. भाऊसाहेब पुढे जाऊन दोघांच्याही चेहऱ्यावरचे बुरखे काढतात.)

मल्हारराव :
जनकोजी : (ओरडतात) कारभारी ऽ (अंगावर धावून जातात.)

भाऊसाहेब : शिंदे-होळकर, आहेत ना हे तुमचे कारभारी? उतावीळ होऊ नका, मल्हारकाका. थांबा. होतो आहे ना उलगडा? ग्वाल्हेरजवळच आम्हाला थांबायचा आग्रह आपले हे इमानी कारभारी का धरत होते? केवढा कुशल बनाव होता! आम्हाला ग्वाल्हेरात थोपवायचे. पुढे आलेल्या इब्राहिमच्या सैन्याकडून दिल्ली जिंकायची. ती विकायची जाटाला आणि त्याबदली दीड लाख मोहरा या दगलबाजांच्या

बाजारहाटाला! ज्यांनी आपल्या बुद्धीच्या तळपत्या तेजाने दौलतीवर सोन्याचा मुलामा चढवायचा तेच दिवाण निघाले दलाल! यांच्या करणीपुढे बरेलीच्या कोठीवरचे दल्लेसुद्धा लाजेनं माना खाली घालतील. कसा आणि कोणाला बसवू दिल्लीच्या तख्तावर? इकडे मुलखात भ्रष्टाचारी मार्गानं पैसा गोळा करायचा आणि परमुलखात नेऊन वाढवायचा! हिंदुस्थानी माणसाला हा छंद जोवर सुटत नाही तोवर देशाच्या दारिद्र्याची लक्तरं जगाच्या वेशीवर अशीच लोंबकळत राहतील! पाहिलंत सुभेदार! कोणाचं रक्त आणि कोणाचं तख्त!

मल्हारराव	:	अरे गद्दारांनो ऽ

(भाऊसाहेब राज्याभिषेकाकडे निघतात तोच मल्हारराव दोघा कारभाऱ्यांना सपासप चाबकाचे फटके मारतात. ते ओरडतात. खाली कोसळतात. खूपच कळवळतात. तेव्हा भाऊसाहेब 'थांबवा' असा इशारा करतात.)

भाऊसाहेब	:	थांबा सुभेदार! अब्दाली, नजीब आणि रोहिले पठाणांचं लष्कर केव्हाही यमुनेच्या पल्याड धडकेल.
मल्हारराव	:	पर या गद्दारांची चामडी लोळवायला पायजे. (सपासप चाबकाचे कोरडे ओढतात.)
भाऊसाहेब	:	हात आवरा सुभेदार. हा राजद्रोह पोरासोरांचा नाही. कर्त्या पुरुषांचा आहे. शत्रू छाताडावर बसला असता आमची यंत्रणा आतून किती पोखरलीय याचा वैऱ्याला सुगावा लागायला नको. यांना तूर्त अंधारकोठडीत दाबून ठेवा. (मागे वळून खिडकीतून पाहतात) त्या पाहा दुष्मनांच्या फौजा यमुनेच्या पल्याड भिडल्यासुद्धा! सज्ज राहा!

(जनकोजी आणि विश्वासरावांची पावले क्षणिक गोंधळतात आणि पुढच्या क्षणी दोघेही भाऊसाहेबांच्या पाठोपाठ निघतात.)

अंक पहिला

प्रवेश नववा

(यमुनेचा महापूर. भव्य विस्तीर्ण पात्र. डाव्या बाजूला नदीकाठावर लाल किल्ल्याचा भाग दिसतो. त्यासमोरच मराठ्यांचा टेहळणीचा बिचवा. तिथे भाऊसाहेब, विश्वासराव, जनकोजी आणि इतर स्वार-राऊत उभे आहेत. बाजूला नदीकाठावर पेरलेल्या तोफा-तोफची दिसतात. नदीपल्याडच्या काठाला अहमदशहा अब्दालीचा टेहळणीचा डेरा. तिथे स्वतः अहमदशहा दुराणी, त्याचा वजीर शहाबली, नजीब, सुजा इत्यादी. त्या बाजूनेही मराठ्यांच्या तोडीस तोड अशी तोफांची पेरणी दिसते. गारदी येतात. निम्मे जाऊन मराठ्यांच्या बाजूला बसतात. निम्मे अब्दालीच्या बाजूला. मधल्या यमुनेच्या पात्राकडे पाहतात. हटातटाने एकमेकांना उद्देशून गाणे गातात.)

गारदी
(भाऊकडील) : *रक्षीण दिल्लीची पातशाही*
हा तर दख्खनचा पुकार

गारदी
(अब्दालीकडील) : *सही मर्द मर्द है आ आवे मार*
गारदी (भाऊ) : *कमी होऊ दे मझधार*
तुफान होऊन येईन उसपार
गारदी (अब्दाली) : *आ, आ आवे मार*
गारदी (भाऊ) : *कम होने दे मझधार!*

गारदी (सर्व) : *नित्य हा गोव्ळीबार*
दुतर्फा दोन दले बेजार
मरती फुकाफुकी हजार
कसे व्हायचे पार
नित्य हा गोव्ळीबार
(अब्दालीची छावणी दिसू लागते.)

नजीब : देखिये, देखिये हुजूर. दिल्ली में वो दख्खनी बंदर कैसा उडदंग मचा रहा है।

अब्दाली : नजीब, जोश में होश मत खोईये। जमना नदीची बाढ तरी बघ. पाणी कम होईपर्यंत इंतजार करावाच लागेल.

नजीब : और कितने दिन हुजूर?

अब्दाली : कम से कम चार महिने

नजीब : या अल्ला! मैं तो मारा गया।

शहाबली : जहाँपन्हा, तूर्तास सुलूख झाला तर?

अब्दाली : आमची आब्रू बरकरार ठेवून होईल तर उत्तम.

नजीब : सुलूख नहीं हुजूर, सुलूख नही। लडिए हुजूर, लडिए।

अब्दाली : खामोष! बेवकूफ, ये पानी का पर्बत देखो। सुलूख के बिना अब कोई चारा नहीं।

नजीब : ऐसा? ठीक है। लेकिन सुलुख के लिये मैं ही जाऊंगा जहाँपन्हा, शादी मेरी है, दुल्हा मैं हूँ, आप सब बाराती है।

अब्दाली : क्या?

नजीब : मेरा मतलब, मराठ्यांच्या शेंडीला किती गाठी आहेत, वो सिर्फ मैं जानता हूँ। (गहिवरतो)

अब्दाली : आप बेशक जाईये।

(मराठा छावणी दिसू लागते. भाऊसाहेब पलीकडच्या काठाकडे पाहत आहेत.)

भाऊसाहेब : (पाण्याकडे पाहतात) अरे, ती सुलुखाची नाव

इकडेच येतेय. वर नजिबाचे निशाण दिसतेय.

जनकोजी : येऊ दे, येऊ दे त्या तांबडतोंड्याला. तलवारीच्या एका वारात दत्ताकाकाच्या रक्ताचा सूड घेतो मी.

भाऊसाहेब : मुकाट्यानं तलवार म्यान कर, जनकोजी. सुलुखासाठी येतोय तो. अशा वेळी घात करणं हे मराठा ब्रीद नव्हे, जनकोजी.
(सेवक धावत येतो)

सेवक : आली, नाव आली. नजीबसाब येताहेत.

जनकोजी : नजीब (तलवार उपसतो)

भाऊसाहेब : मुकाट्यानं हात आवर, जनकोजी.

जनकोजी : पण भाऊकाका?

भाऊसाहेब : मिळेल, मिळेल, तुझ्याही उरातील ऊर्मीला वाव मिळेल.

जनकोजी : पण कवा?

भाऊसाहेब : बघू, सुलुखाचे काय होते ते, नाही तर...?

जनकोजी : नाय तर काय?

भाऊसाहेब : (हळू आवाजात) खबर मोठी आहे. वर कुंजपुऱ्याला पातशहाच्या मदतीसाठी, कंदाहारहून नुकताच मोठा खजिना आला आहे. इब्राहिमला मी तिकडेच धाडला आहे.

जनकोजी : वा ऽ!

भाऊसाहेब : सुलुख झाला तर उत्तम.

जनकोजी : न होईल तर?

भाऊसाहेब : कुंजपुऱ्यावरच अक्षता टाकू... काय?
(पुन्हा सेवक धावत येतो.)

सेवक : आले, नजीबसाब आले.
(नजीब सावधपणे येतो.)

भाऊसाहेब : यावे नजीबसाब!

नजीब : आदाब अर्ज है भाऊस्वामी!

भाऊसाहेब : मसलतीला करूया सुरुवात?

नजीब : बिल्कुल! पण स्वामी, पहले पानविडे!

(बोलता बोलता बटव्यातून विड्याची पाने, सुपारी आणि पटकन मोठा जांबिया काढतो. भाऊसाहेबांच्या पोटात खुपसतो. भाऊंचा अंगरखा फाटतो. परंतु आत चिलखत असल्याने ते वाचतात.. 'नजिब्याऽ' अशी आरोळी ठोकत जनकोजी धावतो. तलवारीचे सपासप वार करून नजिबाची खांडोळी करतो. दंगा उठतो.)

(त्याचवेळी पलीकडील अब्दालीच्या छावणीतील दृश्य दिसते. अब्दालीच्या हाती दुर्बीण.)

अब्दाली	:	दगा, दगा! वो देखो।
शहाबली	:	क्या हुआ हुजूर?
अब्दाली	:	नजीब को दुष्मनने मार डाला।
शहाबली	:	या अल्ला!
सुजा	:	बहुत गलत।
अब्दाली	:	इतनी दगाबाजी?

(खरा नजीब हळूच पाठीमागून डोकावतो. डोंगराआडून सूर्य उगवावा तसा.)

नजीब : मरगठ्ठों के सिवा दुसरे कोण करणार हुजूर (रडवेला होऊन पलीकडे बोट दाखवतो) देखिये आलमपन्हा, देखिये, वो देखिये, कैसे मुझे मार रहे है!

(मराठ्यांची छावणी)

जनकोजी : केवढी ही दगलबाजी!

भाऊसाहेब : नजिब्या ऽ नजिब्या ऽ

जनकोजी : हा खरा नजीब असूच शकत नाही. (टोप ओढतो) बघा ही शेंडी. गंगेकाठचा कोणी पंडित असावा. दगलबाजीसाठीसुद्धा आमच्याच भाईबंदाची निवड ऽ

भाऊसाहेब : (निर्धाराने) जनकोजी, विश्वासराव, वाऱ्याच्या वेगाने घोडी धाडा.

(अब्दालीची छावणी.)

अब्दाली	:	पानी में हाथी उतारा। मौत भी आयी तो परवाह नहीं।
नजीब	:	ये मजहबी जंग है!
भाऊसाहेब	:	हे कर्मयुद्ध!
अब्दाली	:	दिल्ली पे हमला बोलो!
भाऊसाहेब	:	कुंजपुरा डागा!

(इकडून 'हरहर महादेव'च्या आरोळ्या. तिकडून 'अल्ला हो अकबर'चा गजर. ताशेकर्णे आणि रणभेरींच्या ललकाऱ्या चालू असतानाच पडदा पडतो.)

अंक दुसरा

प्रवेश पहिला

(गारद्यांचे वीरश्रीचे गाणे. यमुना नदीचा महापूर! पाण्याच्या खड्या पर्वताने मराठे आणि अफगाणांना रोखून धरले, तेव्हा बेभान भाऊसाहेब कुंजपुऱ्याच्या गढीवर धावून गेले. त्यांनी अब्दालीचा आठ लाखांचा खजिना आणि दोन लाख पोती धान्य इतका ऐवज लुटून फस्त केला. कुंजपुऱ्याचा किल्ला उद्ध्वस्त करून अब्दालीच्या तीन नामी सरदारांना यमसदनास धाडले, तेव्हा चवताळलेल्या अब्दालीने बागपतजवळ पायात हत्ती-घोडे घातले आणि तो अलीकडच्या काठावर चालून आला. त्याने भाऊंचा पाठलाग सुरू करताच भाऊसाहेब पानिपत गाव पाठीशी घेऊन अब्दालीकडे मोहरा वळवून सज्ज झाले. अफगाणांनी मराठ्यांचा दक्षिण मार्ग अडविला, तर मराठ्यांनी अब्दालीचा कंदाहारकडे जाणारा रस्ता रोखून धरला. दोन्ही दले आमनेसामने सिद्ध होऊन गुरगुरत एकमेकांचा अंदाज घेऊ लागली. गारदी या घटना गाण्यातून सांगतात.)

गारदी १	:	*जंग जंग पछाडली*
		परी जंग झाली नाही
		यमुनेच्या पुराने जंग जागीच रोखली
गारदी २	:	*म्हणून चवताळलेल्या भाऊसाहेबाने कुंजपुऱ्यावर*
		हमला चढवला और किला जितला
गारदी १	:	*कुंजपूर पे हमला बोला*
		कुंजपुरे का किला जितला

किला जितला.

('हर हर महादेव'चा येळकोट. भाऊंचा दरबार. कुंजपुऱ्याच्या विजयाबद्दल शेलेपागोटे बांधले जात आहेत. दवंडीवाल्यांच्या आरोळ्या, 'जनकोजी शिंदे ऽऽ'. जनकोजींचा सत्कार. पाठोपाठ 'सुभेदार मल्हारजी होळकर ऽऽ' मल्हारबांचा नवे मुंडासे आणि हार घालून सत्कार. 'हर हर महादेव'चा पुन:पुन्हा जयघोष. तुताऱ्या, कर्णे वाजतात.)

मल्हारराव	:	वा ऽ भाऊसाब! कुंजपुऱ्याचा आपला विजय म्हंजी रक्ताची रंगपंचमी. अब्दालीच्या खजिन्याची पार धुळधाणच झाली बघा.
विंचूरकर	:	त्याचे तीन अव्वल सरदार कापले.
गायकवाड	:	आठ लाखांचा खजिना लुटला.
जनकोजी	:	पुरी दाणादाण उडवली.
भाऊसाहेब	:	डोंगरासारखे पाठीशी राहणारे, तुमच्यासारखे साथीदार सोबतीला असल्यावर काय, बोल बोल म्हणता दुष्मनाच्या अंगात पेंढा भरू- पण खरं सांगू दोस्तांनो, वैऱ्याची मर्दुमकीसुद्धा खुल्या दिलानं स्वीकारली पाहिजे.
मल्हारराव	:	म्हंजी...
भाऊसाहेब	:	कुंजपुऱ्याच्या लुटीचा वचपा काढण्यासाठी अब्दालीनं कोणत्या तडफेने भरल्या यमुनेत हत्ती-घोडी घातली. कोणत्या साहसानं अल्याड येऊन आपली दख्खनकडची वाट रोखून तो नेटाने आडवा बसला. अशी विशाल नदी एवढ्या हिमतीनं कोणी ओलांडल्याचं निदान आमच्या तरी ऐकिवात नव्हतं.
विश्वासराव	:	आम्हीही जोडीस जोड आणि तोडीस तोड देण्यासाठी कटिबद्ध आहोत, भाऊकाका.
भाऊसाहेब	:	तरीही वीरांनोऽ सज्ज राहा. शेपूट भाजलेल्या वाघासारखा तो केव्हाही अंगावर चवताळून येईल.
जनकोजी	:	येऊ दे, भाऊकाका. तुमच्याबी आखणीची करामत काय साधी हाय का? कंदाहारच्या वाटेवरच सव्वा लाख मराठा उभा ठाकलाय. सांगा, तो कोल्हा

आता माघारी जाऊन जाणार कसा?

विश्वासराव : वा ऽ भाऊकाका, पाठीवर पानिपतचा भरभक्कम किल्ला आपणही अवघ्या चार रात्रीत सभोवती बडा खंदक घेऊन खोदला. चौफेर इब्राहिमच्या तोफा पेरल्या. सांगा, या पोलादाच्या डोंगराकडे वाकडा डोळा करून बघायची काय हिंमत आहे गिलच्यांची?

मल्हारराव : वा ऽ रं वा ऽ! अडकित्त्यातल्या सुपारीवानी दोनींबी फौजा जाम झाल्याती. कोंडी दोघांची बी.

भाऊसाहेब : सुभेदार, कोणी कोणाची कोंडी केलीय हे काळच ठरवेल. पण तूर्तास आम्हाला भ्रांत नाही. पानिपत गावाजवळून वाहणारा शहानहर बडा कालवा. दहा हत्तींच्या अंगासारखं खळखळतं पाणी. हा पाण्याचा खजिना जोवर आमच्या पाठीशी आहे तोवर आम्हाला चिंता नाही.

मल्हारराव : वा ऽ भाऊ! नमनाचं नियोजन तरी नामी निघालं.

भाऊसाहेब : एवढेही आत्मसंतुष्ट राहू नका सुभेदार. चला ऽ नेटाने कामाला लागा. सांगा आपल्या उत्तरदेशीच्या दरकदारांना, मामलतदारांना, आजपर्यंत दौलतीच्या जिवावर मोठे झालात, वाढलात. आता दौलत वाचविण्यासाठी तळहातावर शिर घ्या.

जनकोजी : भाऊकाका, तिकडे कमाल केली गोविंदपंत बुंदेल्यांनी.

भाऊसाहेब : मतलब?

जनकोजी : नजिब्याच्या मुलखातनं अब्दालीला येणारी रसद त्यांनी मधल्यामध्ये तोडून टाकली.

विश्वासराव : वर दहा लाखांचा खजिनाही धाडताहेत ते आपल्याकडे.

भाऊसाहेब : वा! याच तडफेने उत्तरकडा सावरू. पाठवा दूत मेवाड, मारवाड, सरहिंद पंजाबला. सांगा त्यांना, देशाच्या अब्रूसाठी एक व्हायला. करा प्रयत्नांची पराकाष्ठा. खेचा सुजाला आपल्याच पक्षात. सांगा,

समजवा हिंदुस्थानी मुसलमानांना. म्हणावे, मराठे दिल्लीच्या तख्ताची अब्रू वाचविण्यासाठी झुंजताहेत. मराठे वाचले तर दिल्ली वाचेल, राष्ट्र वाचेल.

मल्हारराव : पर भाऊ! अरं, एवढा का घोर?

भाऊसाहेब : कारण मराठ्यांना महाराष्ट्राबाहेर कधीही मित्र मिळवता आले नाहीत. गोविंदपंतांना म्हणावे, अशीच शत्रूची दाणादाण उडवा. मावळ्यांनो, लक्षात ठेवा. यापुढे कोण कोणाची रसद मारतोय यावरच आखरी जंगाचा रंग अवलंबून राहील! सज्ज राहा! सज्ज राहा! अंगावर चिलखतं चढवून सज्ज राहा!

मल्हारराव : तळहातावर मुंडी घेऊनच शेंडीची लाज राखू, भाऊ.

भाऊसाहेब : तर सांगा सुभेदार, निकराच्या या जंगात अब्दालीला रोखायचं कोणत्या रीतीनं?

(तितक्यात इब्राहिमखान येतो. हर हर महादेवचा गजर होतो.)

इब्राहिमखान : सलाम आलेकुम भाऊस्वामी! हर हर महादेव.

भाऊसाहेब : वा इब्राहिम! अगदी वेळेवर आलात. तुमच्या तडाखेबंद तोफांनी दिल्लीची पाठ तर फोडलीच. परवा कुंजपुराही असाच दणाणून सोडलात. बोला... बोला... कोणता तुरा खोचू तुमच्या शिरपेचात!

इब्राहिमखान : भाऊस्वामी, बक्षिसाची काय पर्वा? दिल्या जबानीसाठी हा गारदी जानही देईल.

भाऊसाहेब : सुभेदार काका, तुम्हीच सांगा, कसा गौरव करायचा खानसाहेबांचा?

मल्हारराव : भाऊ ऽ पंक्तीला भेद कशाला? जे सख्ख्याला तेच तुक्याला!

भाऊसाहेब : कर्तृत्वाची कदर म्हणजे कोणावर मेहेरनजर नव्हे सुभेदार... वाऽ खानसाहेब, आपल्या पराक्रमाने आमचे डोळे दिपले!

(गळ्यातला कंठा काढून इब्राहिमच्या गळ्यात घालतात.)

इब्राहिम	:	(गलबलतो) भाऊस्वामी!
		(त्यांना कंठा दिल्याने मल्हारराव खूप नाराज झाल्याचे इब्राहिमला जाणवते. इब्राहिम कंठा काढून भाऊसाहेबांपुढे पेश करतात.)
इब्राहिम	:	भाऊस्वामी, ये कंठा!
भाऊसाहेब	:	परतफेडीच्या वायद्याने दिलेला नाही तो, परिधान करा. त्याची शोभा वाढवा. इतिहास घडवा.
इब्राहिम	:	हुकूम भाऊस्वामी.
मल्हारराव	:	हं (घुश्शात) निघतू आम्ही.
भाऊसाहेब	:	कुठे चाललात?
मल्हारराव	:	तुम्हाला इतिहास घडविणारा ह्यो परीस घावलाय. आता आमची जरूरत काय? किती लाड कराल या काळतोंड्याचे?
इब्राहिम	:	(खवळतो) सुभेदार!
		(भाऊ इब्राहिमला शांत राहण्याचा इशारा करतात.)
भाऊसाहेब	:	कसले लाड सुभेदार?
मल्हारराव	:	या गारद्यांना फकस्त चार दिवस पगार नाय मिळाला तर केवढा पान्हा सुटतो तुम्हाला.
विंचूरकर	:	आम्ही मात्र रोजमुऱ्यासाठी दोनदोन महिने टाचा घासायच्या.
मल्हारराव	:	म्हणत्यात नव्हं, शेजारणीला पाडाचा आंबा अन् घरचीला सांगता थांबा, थांबा! चलाऽ
भाऊसाहेब	:	थांबा काका. अहो, होळकर म्हणजे मानाचे मानकरी. आपल्यासारख्या बुजुर्गांचा सल्ला आम्हाला लाख मोलाचा. सांगा, कसं भिडायचं चवताळलेल्या वैऱ्याला?
मल्हारराव	:	त्यात काय? उपसा गनिमी काव्याचं हत्यार. एका घावात दुश्मन गार.
इब्राहिम	:	अं ऽऽ, गुस्ताखी माफ, भाऊस्वामी...
मल्हारराव	:	ए, आता बळं बळं मधीच पाचार मारू नकोस रं इब्राहिम्या! अरं, गनिमी कावा म्हणजे आम्हा

मराठ्यांची कवचकुंडलं.

इब्राहिम	:	आप नहीं जानते, मराठा सैनिक पूरा सैनिक नहीं रहता।
मल्हारराव	:	मग रं?...
इब्राहिम	:	बारीशमंदी किसान और दशहरे के बाद हाथ में जंग का निशाण! अफगाण सैनिक बारो महिनेवाला खडा फौजी रहता है। त्यांच्या जोशिल्या तोफा, बारूदखाना आणि साठ हजार घोडा उघड्या मैदानात रोखायचा तर फ्रेंच पद्धतीचीच जंग छेडावी लागेल.
मल्हारराव	:	फ्रेंच?
इब्राहिम	:	मतलब गोलाची लढाई. चौफेर तोफांचा आरबा पेरायचा. बीचमध्ये बुणगे, औरते राहतील.
जनकोजी	:	आपल्या लष्कराचं असं पोलादासारखं गोल कडं करून शत्रूवर तुटून पडायचं.
मल्हारराव	:	ए, तुझा आज्जा तरी खेळला होता रं अशी मुसलमानी छापाची लढाई?
जनकोजी	:	सुभेदार?
भाऊसाहेब	:	काही सांगायचं असेल ते व्यवहारानं सांगा, सुभेदार.
मल्हारराव	:	कसला येव्हार आणि उपचार! अरं, कुनाच्या ताबुतापुढं नाचायला लागलासा? गनिमी कावा म्हणजे आम्हा मराठ्यांची जान, पंचप्रधान!
विंचूरकर	:	फेक घोडा की घे घाव. उठाव करायचा, दुश्मन लुटायचा, की पळा दऱ्याडोंगराच्य आसऱ्याला.
विश्वासराव	:	सुभेदारकाका, गंगायमुनेसाठी कुठं अहे डोंगरदरी? मैलोन् मैल पुरी सपाटी. कुठं धावाल? कुठं लपाल?
मल्हारराव	:	ईश्वासराव! नगा लागू कोणा काळतोंड्याच्या नादी- ऐकाऽ गनिमी कावा इसराल तर जन्माचं पस्तावाल!
इब्राहिम	:	बुणगे-औरते आणि लष्कर बचावायचं असेल तर नयी जंगही चाहिये.
विश्वासराव	:	सुभेदार, कृष्णेच्या काठावर जोरबैठका काढून यमुनेचं पाणी पचणार नाही! त्यासाठी वृंदावनातलाच

सारिपाट खेळावा लागेल.

जनकोजी	:	इब्राहिम साहेबांचा निर्णय तंत्रशुद्ध आहे.
विश्वासराव	:	गोलाचीच लढाई चांगली.
मल्हारराव	:	कळलं बरं कळलं. ऐन युद्धात गद्दारी करून ह्यो इब्राहिम्या आपल्या चाचा-भतिजांच्या डेऱ्यात जवा पळंल, तवा सारं कळलं.
इब्राहिम	:	पहली अपनी पगडी संभालो, सुभेदार!
मल्हारराव	:	खामोष ऽ कोणाच्या पगडीला हात घालतोस रे टक्करमेंढ्या? फ्रेंच वखारीतल्या चार बंदुका नाचिवल्या म्हणून तोंडाकडनं लेंड्या टाकायला लागलास व्हय रं?
विश्वासराव	:	सुभेदारकाका, असं भलतंसलतं बोलून खानाहेबांचा पाणउतारा करू नका. या पानिपताच्या सपाटीवर नव्या धर्तीचीच लढाई पाहिजे.
जनकोजी	:	लढाई पायजे ती गोलाचीच.
मल्हारराव	:	(ओरडतात) थांब रं ऽऽ भाऊसाहेब, ही पोरं अशी आडमार्गानं अंगावर घालून नामानिराळं का राहता? सांगा कीऽ गोलाच्या लढाईचं हे येडताक तुमचंच हाय ते!
भाऊसाहेब	:	सुभेदार! मातीप्रमाणं शास्त्र आणि शस्त्रही बदलायला हवे. इथली हवा, पाणी, देश-वेष, रसदेचे मार्ग, मायभूमीपासूनचं अंतर- साऱ्या गोष्टींचा शास्त्रशुद्ध आणि सारासार विचार करून आम्ही या मताला येऊन पोचलोय- मगरीचा जबडा फाडायचा असेल तर त्यासाठी पाण्यातच उतरावं लागेल.
मल्हारराव	:	म्हंजी?
भाऊसाहेब	:	गनिमी काव्याच्या थोर पुण्याईला पहिले वंदन! परंतु उद्या पानिपतावर दसरा साजरा करायचा असेल तर गोलाच्या लढाईला सध्:स्थितीत अन्य पर्याय नाही.

(मल्हारराव, विंचूरकर आणि गायकवाडांचा चेहरा

पडतो. ते रागाने बाहेर निघतात.)

भाऊसाहेब : सुभेदार, थांबा सुभेदारऽ! शत्रूच्या फक्त हाका ऐकून ज्यांची छाती सिंहासारखी फुलून येते ते मल्हारराव होळकर कुठे चालले? दहा औरंगजेबांना वक्रगाळ केलं तर एक अब्दाली तयार होईल, जन्मजन्मांतरीच्या वैऱ्याशी टक्कर घ्यायची सोडून आपली अनुभवी पावलं अशी माघारी कशी वळताहेत?

मल्हारराव : चिमाजी आप्पाचा पोर मराठ्यांच्या मिश्यांना तेलंगी कांदा बांधायला लागला तर इथं थांबून तरी काय करायचं?

विंचूरकर : चल ऽ सुभेदार!

मल्हारराव : चला गायकवाड!

भाऊसाहेब : इत:पर आपली मर्जी.
(मघापासून पाठीमागे येऊन थबकलेल्या पार्वतीबाई पुढे येतात.)

पार्वतीबाई : थांबा मामंजी! (मल्हारराव थबकतात.) म्हणजे मी फौजेच्या बाजारात ऐकलं ते खरंच म्हणायचं.

मल्हारराव : काय?

पार्वतीबाई : त्या गिलच्यांचा भटारखाना एक असतो. ते सारे एकत्र भोजन घेतात.

मल्हारराव : घेतात.

पार्वतीबाई : तो अब्दाली आपल्या सरदारांना जे म्हणतो, मराठे जेवणाच्या पंगतीलाही एकत्र येत नाहीत ते मृत्यूच्या दरात तरी कसे एकोप्याने उभे राहणार! (जवळच्या दशम्या घेऊन पुढे जाते.) रणावर तरी रुसवेफुगवे नकोत! मी या दशम्या आणल्या आहेत. घ्या, एक एक घास.

मल्हारराव : नाय, तोंडाला चव नाय राहिली पोरी. चलऽ रस्ता सोड!

पार्वतीबाई : कुठे चाललात?

मल्हारराव	:	आपल्या वाटेनं!
पार्वतीबाई	:	आम्हा सर्वांना उघड्यावर टाकून? मामंजी, आठवा तो कुंभेरीचा वेढा! शत्रूच्या माऱ्यामुळं नव्हे तर परस्परांतील बेदिलीमुळं तुमच्या एकुलत्या एका पुत्राचा खंडोजींचा झालेला घात!
मल्हारराव	:	(उन्मळतो) पोरीऽ.
पार्वतीबाई	:	अहल्येचं पांढरं कपाळ पाहताना, तुमचं काळीज अजून फाटून जातं ना!
मल्हारराव	:	पण पोरी...
पार्वतीबाई	:	त्यातून जायचंच असेल तर जा, जा, खुशाल जा. मात्र आपल्या एका उलट्या पावलाचा परिणाम म्हणून वीस हजार मराठा स्त्रियांची कपाळं पांढरी होतील. विधवा लेकीसुना सासरच्या सावलीत नव्हे, दुष्मनाच्या जहरी मिठीत मिटून जातील.
मल्हारराव	:	बासऽ बाऽ बास! पोरी, तू पुढचं काय बी बोलू नगो.
		(स्वतः दशमीचा तुकडा तोंडात टाकतात. इतरांनाही देतात. 'ये इब्राहिम्या, घे रंऽ' करून इब्राहिमलाही भरवतात. वातावरण आनंदी होते. तेवढ्यात हर्षभरित झालेला पलांडे नावाचा सरदार धावत येतो आणि इतर काही मराठी स्वार धावतपळत येतात.)
पलांडे	:	भाऊसाहेबऽ भाऊसाहेब, पेढे काढा पेढे.
भाऊसाहेब	:	काय झालं पलांडे?
पलांडे	:	वैऱ्यानं शिकस्त खाल्ली. शरण आला तो.
भाऊसाहेब	:	काय सांगता?
पलांडे	:	तो पाहा. अब्दालीच्या छावणीकडून आपल्या काठाने सांडणी इकडेच येतोय. (उंटाचा आवाज) बघा तो पांढरा झेंडा.
		(पांढरे निशाण, संदूक घेऊन दोन अफगाण येतात. संदूक खाली ठेवतात.)
भाऊसाहेब	:	वा! शेवटी पांढरे निशाण अटकेलाही घटकेत

मागे टाकेल अशी शुभ घटना! चलाऽ वाटा रे वाटा, मिठाई वाटा.

मल्हारराव	:	(अफगाणांना) काय रे, ही संदूक कसली? काबुली अंगूर धाडलं का काय पातशहानं?
भाऊसाहेब	:	जनकोजी, उघडा ते.
	:	(संदूक उघडतात. वर जांभळीचा पाला. आत गोविंदपंतांचे मुंडके. भेसूर. वाळलेले.)
जनकोजी	:	पंत... पंत... गोविंदपंत!
पार्वतीबाई	:	(हंबरडा फोडतात) पंतऽऽ
सर्वजण	:	पंतऽ पंतऽऽ गोविंदपंत!
भाऊसाहेब	:	(मुंडके हाती घेत) पंत?... पंत, पंत, कोण हा अंत!
जनकोजी	:	सोबत बादशहाची निरोप थैलीही आहे. (भाऊसाहेब हातानेच ‘वाचा’ असा इशारा करतात.)
जनकोजी	:	‘मराठ्यांनोऽऽ, तुम्हा सर्वांचा असाच सर्वनाश होणार. भाऊराजेऽ’ आगाऊ बंदोबस्तासाठी आम्ही तुमच्या पंताला स्वर्गात धाडला आहे.
भाऊसाहेब	:	(दुराणीच्या दूतांना) सांगाऽ तुमच्या पातशहाला, नरकाची वाटसुद्धा स्वर्गाच्या दारावरूनच जाते. अरे, कोणाला चुकला आहे तो रस्ता? अन् आमच्यासारख्या शिलेदाराचे कशाला हवे तिकडे स्वागत? उलट तुइयासारख्या पातशहाच्याच बंदोबस्तासाठी पंत त्या वाटेनं गेले. (पांढरे निशाण हाती घेतात.) हे कसले आणलेत फडके? जा, बजावून सांगा तुमच्या पातशहाला. मराठे गमतीनंसुद्धा अशी पांढरी निशाणे धाडत नसतात. (जांबियाने हाताचा तळवा कापतात. त्यात झेंडा भिजवतात.) मराठ्यांच्या झेंड्याचा रंग हा असा लालेलाल असतो! (झेंडा अफगाण सैनिकांच्या अंगावर फेकतात. बाकीचे सर्वजण अवाक होऊन थरथरत पाहतात.)

अंक दुसरा

प्रवेश दुसरा

(गारदी येतात. गातात.)

गारदी : *क्या सबकुछ है जायज*
दौरानें जंग में ऽ
हटके खडी है फौज आमनेसामने ऽऽ
जिंदगी खडी कर दी मौत के सामने
क्या सबकुछ है जायज
दौराने जंग में ऽ
रंगलाय खेल नया
जान लेवा, जान लेवा ऽ!

हुल्लडबाजी, 'दगा, दगा', 'काफर ऽ काफर ऽऽ' अशा आरोळ्या ऐकू येतात. अहमदशहा अब्दाली आपल्या सहकाऱ्यांसह धावत येताना दिसतो. त्याच्या हाती भाऊसाहेबांनी पाठविलेले ते रक्ताळलेले पांढरे निशाण आहे. धुळीचे लोट उठतात. गोंधळाचं वातावरण-घोडी दूर पळाल्याचा त्यांच्या टापांचा आवाज ऐकू येतो.

जहाँनखान : आलमपन्हा, दगा ऽ दगा ऽ

अब्दाली : क्या हुआ क्या?

वजीर : मरगठ्यांचं एक पथक टोळधाडीसारखं अचानक धावून आलं. त्यांनी सीधा आपल्या छावणीवरच हमला चढवला!

अब्दाली	:	या अल्ला!
जहाँनखान	:	बारा तोफा पळविल्या. सौ-दो सौ जवान मारले.
अब्दाली	:	उनकी ये हिंमत?
जहाँनखान	:	गोविंदपंताच्या रक्ताचा सूड उगवायच्या इराद्यानंच ते चाल करून आले होते.
अब्दाली	:	इकडं रक्तानं माखलेला झेंडा आमच्या हाती पाठवून, तिकडं आमच्या गोटावर हमला चढवला! तोफा पळवून आमचं नाक छाटलं! कौन कौन थे वो दगाबाज?
जहाँनखान	:	गारदी और समशेरबहादर.
अब्दाली	:	गारदी ऽ! कुफ्र कमीने. धर्मद्रोही. दिनदहाडे तमाचा मारून गेले.
शहाबली	:	जहाँपन्हा, चिखलात फसलेल्या बुद्ध्या हत्तीप्रमाणे आमची हालत झाली आहे. वो मरगट्टे मिटते नहीं।
अब्दाली	:	और हम भी हटते नहीं। गोविंदपंताला काटला. उनके कैक सरदारों को कुचलवा दिया। तब लगा शायद मरगट्टे ठंडे हो जायेंगे-
नजीब	:	कुछ नहीं आलमपन्हा ऽ त्या जहरी ज़ालिम जातीला जडके साथ जलाकर राख कर देनी चाहिये। तबतक चैन नहीं।
अब्दाली	:	नजीब, किसी भी हालतमें इब्राहिमखान हमारे खेमेमें चाहिए।
नजीब	:	त्या गारद्याला आपल्या गोटात खेचायचा?
अब्दाली	:	हां!
नजीब	:	जहाँपन्हा, एक मर्तबा त्या भाऊसाहबला आमच्याकडे ओढायला सांगा; पण त्या कुफ्र गारद्याचे नावही घेऊ नका.
अब्दाली	:	बार बार ऐसी उलटीसिधी चाले चलनेसे बेहतर आपही बैठ जाओ हिंदुस्थानके तख्तपर खुद।
नजीब	:	अजी हुजूर, मी तर शतरंजचा खिलाडी! कशाला

बसू तख्तावर? अन् तख्त तख्त म्हणजे तरी काय? चंदनाच्या लकडीवर ठोकलेला सोन्यारुप्याचा पत्रा! कशाला पायजे ती विकतची पीडा? टांगत्या तलवारीखाली   अवघडून बसण्यापेक्षा जामदारखान्याच्या चाव्या कंबरेला खोवून बेदाणे चुरडत मजेने हिंडणे केव्हाही बेहतर, आलमपन्हा!

अब्दाली	:	खुद हिंमत जुटा पाते हो इसलिए दुसरों को अस्थिर कर देते हो।
नजीब	:	आलमपन्हा, स्थिर चीजा बघितल्या की मला उबग येतो. नफरत वाटते.
अब्दाली	:	इसलिए तुम सिंघासनपर कठपुतलियाँ बिठा देते हो।
नजीब	:	हां! त्याशिवाय माझ्या उंगलींना कसरत कशी मिळणार जहाँपन्हा!
अब्दाली	:	वो कुछ नहीं, आपही बन लो पातशहा!
नजीब	:	जहाँपन्हा ऽ मी पातशहा बनायची मुरादे जपली तरी ये मरगठ्ठे, ये रजपूत, जाट, सीख आणि आमचे मुसलमानभाईसुद्धा मला जगू देणार नाहीत. त्यांच्यासाठी नजीब है एक प्यादा. घोडों का खरारा करनेवाला एक सईस! तो फर्जी कसा बनला? आलमपन्हा, मी जेव्हा प्यादा होतो तेव्हा माझा पडोसी होता एक भला इन्सान! दयालू! एका खूबसूरत लडकीची त्याला आली दया! त्याने तिच्यासाठी शोधला एक दुल्हा और दोनों की करवा दी शादी। उनके हो गये बालबच्चे। हुजूर ऽ सबका भला हुआ।
अब्दाली	:	कैसे?
नजीब	:	त्या गरीब लडकीला मिळाला पती, लडकी का भला हुआ। पती था नामर्द -फिर भी त्याला झाले बालबच्चे! पती का भला हुआ आणि पडोसी होता मोठा दयालू, उसका तो भलाही भला हुआ।

अब्दाली	:	मतलब?
नजीब	:	छोड दीजिए हुजूर! दुल्हा कोई भी बने, दौलत तो हमारी है ऽ! (तितक्यात तरुण सरदार दिलेरखान येतो. त्याला पाहून पातशहा थक्क होतो.)
दिलेरखान	:	जहाँपन्हा ऽऽ जहाँपन्हा ऽऽ
अब्दाली	:	कौन दिलेरखान? जवाँमर्द! कंदाहारसे कब आये?
दिलेरखान	:	अभी अभी। घोडेपर कसी हुई जीनभी नही उतारी, आलमपन्हा, कुठं आहेत माझे अब्बाजान?
अब्दाली	:	रास्तोंमें दुश्मनों का पाडाव पार कर यहाँ तक कैसे पहुँचे आप?
दिलेरखान	:	आपसे मिलनेकी तमन्ना बहोत बेचैन कर रही थी। हुजूर, त्या जोशाखरोसमध्येच दुष्मनाला चकमा देऊन मी येथवर येऊन पोचलो. जहाँपन्हा, मेरे अब्बाजान?
अब्दाली	:	पहले बोल, वतनची काय खबर?
दिलेरखान	:	वतन अब वतन नहीं रहा। कोयल के बिना चमन बेरौनक नजर आ रहा है। महल खंडहर बनलेत. आपल्या पातशहाला कोणते ग्रहण लागले आहे, चिंतासे कंदाहार की नींद हराम हो गयी है।
अब्दाली	:	बेटे, सिर्फ जिभेच्या हमदर्दीने राष्ट्रे उभी राहत नाहीत. त्याला कृतीची जोड हवी.
दिलेरखान	:	आलमपन्हा, इसलिये तो जोससे लबालब बीस हजार जंगी घोडे देऊन मला आपल्या मदतीसाठी धाडले आहे.
अब्दाली	:	किसने?
दिलेरखान	:	कंदाहारच्या रयतेनंच.
अब्दाली	:	(गलबलतो) अय अहले वतन! अपने बहादुर बच्चोंको कंदाहार की मिट्टी कितने प्यारसे सहलाती है, यही वजह है कि वो इस्पिंदार और चेंगिझखान जैसे वीरों को जन्म देती है।

दिलेरखान : आलमपन्हा, दुश्मन इतना ज़ालिम है?
अब्दाली : क्यों?
दिलेरखान : आपल्यासारख्या शेरशहाला एका अजासी मुहिमेसाठी दोन सालाचा वख्त लागावा?
अब्दाली : वख्त खराब है बेटा!
दिलेरखान : आलमपन्हा, पंजाबातून येता येता एक भयंकर खबर ऐकली मी!
अब्दाली : कौनसी?
दिलेरखान : सरहिंदच्या बाजारात शीखांनी त्या मक्कार भाऊ पेशव्याला हिंदुस्थानचा पातशहा बनवण्याचा ऐलान केला आहे.
अब्दाली : क्या बात करते हो!
दिलेरखान : पतियालाचा आलासिंग जाट, तर भाऊ हिंदुस्थानचा पातशहा झाला, असा ताशा बडवतो आहे.
अब्दाली : बहोत खूब, बहोत खूब, वजीरे आलम। फैला दो ये खबर मेवाड, मारवाड, दिल्ली, सरहिंद, लखनौच्या बाजारात, पिटवा ढिंढोरा उत्तर हिंदुस्थानात, भाऊ देशी एकजूट का सिर्फ नाटक रचाता है। दिल्लीचं तख्त हाच मरगठ्यांचा असली मकसद आहे. भाईयो संभालो ऽ त्या तख्ताला मरगठ्ठे एकदा चिकटले की कयामत तक हटायचे नाहीत.
दिलेरखान : क्या होगा इससे!
अब्दाली : अरे, तख्त तर सोडाच. यहाँके हिंदू राजे मराठों को दिल्ली के आसपास भी भटकने नहीं देंगे।
नजीब : नहीं आलमपन्हा... वो खोपडीवाला बम्मन पूरा शैतान है। आपले काही मुस्लीम सरदार फोडण्याची तो कोशिश करतोय.
अब्दाली : ऐसा? मग मुसलमानी मुलखात आवई उठवा- भाऊ दिल्लीच्या गद्दीवर बसला तर उत्तरेत एकही मस्जिद जाग्यावर ठेवणार नाही.

नजीब	:	मस्जिद?

अब्दाली : हांऽ जेव्हा तलवारीला तेज उरत नाही, बुद्धीला नेव कोंब फुटत नाहीत, कर्तृत्वाला मर्यादा पडतात, पायाखालची धरती दुंभगते, तेव्हा लीनदीन झालेली माणसेच मंदिर और मस्जिद का सहारा घेतात. सदियोंसे चला रिवाज है ये, बेटे।

दिलेरखान : लेकिन असली सवाल उरतोच. आपल्यासारख्या शेरशहाने दोन-दोन वर्ष इथे थांबून केले काय? सिर्फ ऐय्याशी केली की दुश्मनाकडून शिकस्त खाल्ली?

शहाबली : दिलेरऽ जबान संभाल.

अब्दाली : ठहरो वजीर. हांऽ दिलेर, या दोन सालांत आम्ही शत्रूची ताकद अजमावली. मराठ्यांची जात किती ज़ालिम आहे याचा आम्ही अंदाज बांधला. मराठे एक बार भागने लगे तो पळून जाण्यात दुनियेत त्यांचा हात कोणी धरणार नाही, पर एकदा भिडले तर जळून खाक होईपर्यंत ते पीछे हटणार नाहीत.

वजीर : आम्हाला काय फरक पडतो?

अब्दाली : फार मोठा. पानिपतावर आमचा पराभव झाला तर तिकडे कंदाहारची गद्दी जाग्यावर राहणार नाही.

वजीर : अशी बुरी परिस्थिती असेल तर आमी टिकायचं तरी कोणत्या उमेदीवर?

अब्दाली : डरो मत! आम्हा अफगाणांना सिर्फ एकच दुश्मन आहे; पण त्या मरगठ्ट्यांच्या तकदीरला अनेक शत्रू! त्यांचे दुश्मन हे दुश्मन कसे राहतील हेच पाहायचं.

दिलेरखान : जहाँपन्हा, मराठ्यांना भिडायचं कधी? जंग तरी कसा लढायचा?

अब्दाली : छोड बेटे! जंग एक बहुत छोटीसी चीज है, त्याच्या पहलेच असते खरी लडाई। मैदाने जंगमध्ये मरगठ्ठे आम्हाला कधीच आवरणार नाहीत. और

किसी भी किमत पर हमें जीत चाहिए। एक ध्यानात ठेवा. शेर कितीही बलवान असला, तरी दहा-पंधरा दिवसांचा भूखा शेर और भिगा हुआ भालू, दोनों में क्या फर्क?

दिलेरखान : मतलब?

अब्दाली : मरगळ्ठ्यांचं दानापानी, त्यांच्या रसदेचे सारे रस्ते एक एक करून सर्व दोर आम्ही कापत आलो आहोत. दाने दाने के लिए वो तडपेंगे। त्यांच्या लष्करात आता केव्हाही अकाल पडेल. दिलेरखान, आधी दुष्मनाला घेरायचा. चोहो बाजूनं जेरीस आणायचा. मगच त्याच्यावर हमला चढवायचा.

दिलेरखान : बिलकुल बराबर। लेकिन जहाँपन्हा, माझ्या एका सवालाचा जबाबच दिला नाही आपण! कहाँ है मेरे अब्बाजान?

अब्दाली : कंदाहार का बारूदखाना कैसा है?

दिलेरखान : क्या बात है किबलाये आलम? बात को बार बार क्यूं टाल देते है आप? क्यूं नही बताते, कहाँ है मेरे अब्बाजान?

अब्दाली : तुम्हारे अब्बाजान, मेरे शेर सरदार नजाबतखान अल्ला को प्यारे हो गये।

दिलेरखान : (हुंदका फुटतो) वो कैसे?

अब्दाली : कुंजपुऱ्याच्या किल्ल्यामध्ये सुरंगी बारूद पेरून काफीर भाऊने आमच्या तीन नामवर सरदारांना मातीत मिळवलं, जिसमें तुम्हारें...

दिलेरखान : (आक्रोशतो) अब्बाऽऽ (धाय मोकलून रडतो, कोसळतो, चिडतो. पुन्हा त्वेषाने तलवार उपसून उठतो.) जहाँपन्हा, येतो मी. इन्तकाम, इन्तकाम. अल्ला हो अकबरऽऽ.

अब्दाली : बेटे, ले जाव अपने बीस हजार जवाँ मर्द साथियों को। आता भाऊची हिंमत सिर्फ पंजाबच्या मदतीवर टिकून आहे. तिथले कुछ जमिंदार बैलांच्या

पाठीवरून त्याला रसदसामान भेजतात. वही एक नस बची है उसके लिए अब! जाओ, पंजाब की तरफसे आनेवाले बैलों के पैर काट दो. दन्होकी नाकाबंदी कर दो. अपने ज़ालिम दुश्मन को तहसनहस कर दो।

दिलेरखान : क्या इससे दुश्मन घुटने टेक देगा?

अब्दाली : नहीं, चारों तरफ पोलादाची दीवार बांधून मराठ्यांची ज़ालिम जात मरते दम तक लढत राहील. केवळ खुदाची खैर म्हणून आपले डेरेदांडे जमनाकिनारे सरकवायची आम्हाला बुद्धी झाली. कमसे कम हमारा पानी का बंदोबस्त तो हुआ।

दिलेरखान : बताईये, कोठून मिळते त्यांच्या फौजेला पाणी?

अब्दाली : शहा-नहर, बहुत बडा कालवा, जो कुरुक्षेत्र से होकर पानिपत में आता है. वाऽऽ तोडोऽ तोडोऽऽ वो नहर तोडो. तो कालवा तोडण्यात तू कामयाब झालास तर काय गहजब होईल. दुश्मनाच्या तोंडाला आसपासच्या विहिरीतील पाणी पलभरभी पुरणार नाही. मराठ्यांची साँस रुकेल.

दिलेरखान : जहाँपन्हा, एक एक बूँद पानी और दाने दाने के लिए मैं उन्हें तडपाऊंगा! शुक्रिया!

अब्दाली : सलामत रहो, बेटे! (दिलेरखान वेगाने निघून जातो.)

नजीब : जहाँपन्हा, बहोत खूब! बहोत खूब! इतनी बडी आग!

अब्दाली : आग तो भडक चुकी है, लेकिन लोहा कहाँ पिघला है?

नजीब : मतलब?

अब्दाली : इब्राहिमखान! उसकी तोफों की आवाजसे तो हमारे अफगाणवीरों को कपकपी छुटती है. पैर डगमगाने लगते है. हौसले फस्त हो जाते है. चाहिएऽ चाहिएऽऽ किसी भी किमतपर इब्राहिमखान चाहिए।

(तितक्यात समोर एक अफगाण स्त्री डोकावते.)

अब्दाली : कौन रुक्सार? बेगम, तुम्हें इतनाभी नहीं मालूम
सियासत की बाते औरतों के लिए नहीं होती?

अंक दुसरा

प्रवेश तिसरा

(एक बुरखाधारी मुसलमान स्त्री 'बचाओ बचाओ' असा आकांत करीत ओरडत येते, इब्राहिमखानच्या डेऱ्याजवळ. इब्राहिम गारदी तलवार घेऊन धावतो. स्त्रीच्या पाठीशी लागलेल्या धटिंगणांना तलवारीने हुसकावून पळवून लावतो. ती स्त्री इब्राहिमचे पाय धरते. तिच्याकडे बावरून पाहत इब्राहिम सहाणेवर धार देत बसतो. त्याच्या शेजारी मदतनीस म्हणून एक मावळा.)

स्त्री	: भैयाऽ तेरा लाख लाख शुकर है।
इब्राहिम	: कौन है तू?
स्त्री	: एक बदनसीब औरत।
इब्राहिम	: क्या चाहती हो?
स्त्री	: पती की जिंदगीऽ!
इब्राहिम	: जाऽ मिलेगी. और क्या?
स्त्री	: उनका साथ और मदद।
इब्राहिम	: दौराने जंग में? (संशय घेतो) साफ साफ बता दे कौन है तू?
बेगम	: (घुंघट काढते) दुराणी पातशहा की लाडली बेगम रुक्सार!
	(इब्राहिम आश्चर्यचकित होऊन थोडा वेळ पाहत राहतो.)

इब्राहिम	:	ये घिनौनी हरकत! कंदाहारच्या पातशहाकडून? तरस वाटते पातशहाची! स्वत:ला इस्लामचा रखवाला समजतो आणि भर रात्री आपल्या बेगमेला दगाबाजीसाठी शत्रूच्या शिबिरात धाडतो! कंदाहारचा पातशहा इतना बेगैरत?
रुक्सार	:	भाईसाहब, मीच धाडस करून आलेय.
इब्राहिम	:	डर नहीं लगता?
बेगम	:	भाई के घर कैसा डर?
इब्राहिम	:	जाऽ निकल जा यहाँ से! तुझ्या पातशहाला मी जराभी मदत करू शकत नाही.
बेगम	:	भैयाऽ एक वख्त नको तुमची मदत माझ्या जिल्लेसुभानीला, कंदाहारच्या पातशहाला; लेकिन हमारे इस्लाम का क्या?
इब्राहिम	:	इस्लामऽ (हात जोडतो.) ला इल्लाही रसल्युल्ला!
बेगम	:	(आनंदित होते) जंगे जोहरच्या जोशमध्ये माझ्या भाईजानला इस्लामचा विसर पडला नाही तर! अंधेरा पार करके मैं यहाँ आयी, कितना अच्छा हुआ!
इब्राहिम	:	(ओरडतो) नहींऽऽ माझं इमान, माझा धरम, माझं करम एकच-भाऊसाहेब!
बेगम	:	वो तो एक काफर!
इब्राहिम	:	काफर नहींऽ वो तो है एक सच्चा हिंदुस्थानी! वतनचा रखवाला. माझ्या नसानसातून वाहणाच्या रक्तामध्ये कितीही कंकर फेक. उससे उठनेवाले लहरों से एकही आवाज आयेगी... भाऊ, भाऊ, भाऊ.
बेगम	:	त्या काफरांनी जंतरमंतर करून तुमचं दिमाग और दिल अंधच बनवलं आहे तर?
इब्राहिम	:	खुल्या डोळ्यांनी बघतोय बेगमसाहिबा! दिल्ली जिंकूनही त्यानं लालच दाखवली नाही. दिल्या

वचनाला जागला. ऐसे नेक मालिक के लिये मेरी
जान सौ बार कुर्बान!

बेगम	:	(हळूच) आप ऐसे नहीं मानेंगे! (उघड) भैया, फायदे की बात करो!
इब्राहिम	:	क्या?
बेगम	:	दस लाख अर्शफियाँ नगद मिळतील! इसके अलावा जागीर!
इब्राहिम	:	नहीं! बिलकूल नहींऽ!
बेगम	:	तो पचीस लाख! और कंदाहार की सिपासालारी! बस इतना, बस!
इब्राहिम	:	बसऽ बसऽ बस. मेरी बहुरूपी बहना, भाई से सौदा मत कर!
बेगम	:	तो लडते हो किस वास्ते? बालबच्चों की ख़ातिर ना?
इब्राहिम	:	बालबच्चे! दुनियेत मुरग्याची खुराडी आणि जनावरांचे तबेले भरून वाहतात, लेकिन इन्सान और जानवरों में फर्क होता है. इन्सानच्या औलादीला असते अंदर की आवाज. त्याच्या सन्मानासाठी मी लढेन. मरमिटेनसुद्धा!
बेगम	:	लेकिन इस्लाम का एक बंदा...
इब्राहिम	:	आगे फजूल बात बंद करो. जो बुझदिल होते है वोही मजहब का सहारा लेते है और अपने मिट्टीसे प्यार म्हणजे मजहबशी दुश्मनी नव्हे!
बेगम	:	(गोंधळून इकडे-तिकडे पाहते) भैयाऽऽ खुले आम मदद नहीं करना चाहते तो रहने दो।
इब्राहिम	:	याने?
बेगम	:	खुफिया मदद करो।
इब्राहिम	:	क्या?
बेगम	:	उसका भी मुँहमांगा मुआवजा मिलेगा।
इब्राहिम	:	क्या करना होगा?
बेगम	:	पातशहांचा आणि मराठ्यांचा आख़री जंग जेव्हा

छेडेल तब सिर्फ अपनी तोफों का गला दबा दो! लडो मत।

इब्राहिम : लडो मतऽ! (मोठ्याने हसतो) हाऽऽ हाऽऽ किरणांचा पिसारा फाकत अस्मानाच्या अंगणात मिरवला नाही तर त्या गर्म गोल गोळ्याला सूरज कोण म्हणेल? बादलांच्या मंडपावर ठिणग्यांची बरसात पेरत बेहोषीने कडाडली नाही तर त्या फट्या ज्वालेला बिजली कोण म्हणेल? आणि लढला नाही तर या नाचीज गारद्याला इब्राहिम कोण म्हणेल?

बेगम : नही लडोगे तो कौनसा आसमान टूट पडेगा!

इब्राहिम : हत्यारं धाय मोकलून रडतील, तोफा बेवारस मुर्ध्यासारख्या कोसळून पडतील, बेइमानीच्या दागाने गारद्यांच्या सात पिढ्या कलंकित होतील और जबतक इब्राहिम जिंदा है, ऐसा कुछ भी नही होगा!

बेगम : भैया!

इब्राहिम : निकल जाऽ ये ढोंगी औरत! एक औरत के खून से मैं अपने हाथ रंगाना नही चाहता! नाहीतर केव्हाच तुला भिंतीत छिनून मारली असती.

बेगम : लेकिन...

इब्राहिम : खामोष! खामोष! (टाळी वाजवतो. गारदी येतात.) जाओ, इन्हे पातशहा की तंबूतक बाइज्जत छोड आओ! (ती निघून जाते. इब्राहिम राऊताकडून दुसरी तलवार धारेसाठी घेतो. तोंडावर वस्त्र घेतलेला तो राऊतच भाऊसाहेब असल्याचे दिसते. तो दचकतो.)

भाऊसाहेब : वाऽ इब्राहिम!

इब्राहिम : भाऊस्वामी? आप? (भाऊ त्याला मिठी मारतात.)

भाऊसाहेब : इब्राहिमऽ या भिरभिरत्या रणाची शपथ. तुझ्या इमानाचं स्वत्व सांभाळण्यासाठी पानिपतावर मलाही

तुफान होऊन झुंजावे लागेलऽ.

इब्राहिम : शुक्रिया... भाऊस्वामी, शुक्रिया. (त्याचीच नजर जाते कालव्याकडे) भाऊ... भाऊस्वामीऽऽ आपला कालवा कुठाय? कालव्यातलं पाणी कुठाय? शहानहर असा गायब कसा?
(भाऊसाहेब मागे वळून पाहतात, दचकतात.)

भाऊसाहेब : गजाननाऽ!

अंक दुसरा

प्रवेश चौथा

(चांदणी रात्र. दूर धूसर प्रकाशातून 'पाणीऽऽ पाणी ऽऽ' अशा आर्त हाळ्या ऐकू येतात. भिरभिरता वारा. गारदी येतात. जातात.)

कोरडा हा कालवा, हे सर्व पाणी आटले,

कमनसीब आम्ही असे, अस्मानही हे फाटले!

गारठे सारा मराठा घोर या रानी,

अन्न नाही खावया, नाही कुठे पाणी,

शोध अमुचा घेत आमची मौत आली वाटले,

कोरडा हा कालवा, हे सर्व पाणी आटले,

कमनसीब आम्ही असे, अस्मानही हे फाटले!

हिंडती घारी-गिधाडे, मौज हो त्यांची,

फौज सारी अडकली आहे मराठ्यांची,

अंतकाळ्यानेच रानी आज सर्व गाठले,

कोरडा हा कालवा, हे सर्व पाणी आटले,

कमनसीब आम्ही असे, अस्मानही हे फाटले!

(बाजारबुणगे भाऊसाहेबांच्या डेऱ्याकडे धावून येतात. भुकेने कंगाल दरिद्री सूर.)

जेरेशास्त्री : भाऊऽ भाऊसाहेबऽऽ अहो भाऊसाहेबऽऽ
(सगळेजण ''बाहेर या, बाहेर या'' ओरडतात. पार्वतीबाई बाहेर येतात.)

पार्वतीबाई : काय हो शास्त्री?

अग्निहोत्री : भाऊस्वामी कुठं आहेत?

पार्वतीबाई : टेहळणीच्या चौकीकडे.

अग्निहोत्री : आता कसली डोंबलाची टेहळणी? संपलो हो
आम्ही...

जेरेशास्त्री : चार दिवसांमागे कालवा आटला.

पुनाळकर : शिवारात पाण्याचा थेंब नाही.

अग्निहोत्री : विहिरी उघड्या पडल्या.

पुनाळकर : पोटात अन्न नाही.

अग्निहोत्री : अगदी निर्जली एकादशी! कोठून अवदसा आठवली
आणि या भाऊसाहेबांच्या नादी लागलो.

जेरेशास्त्री : एखाद्या पुण्यवानाबरोबर गेलो असतो तर निदान
यात्रेचा प्रसाद तरी पदरी पडला असता.

पुनाळकर : यमुनेचं भरलं पात्र समोर दिसतंय, पण ते
गिलच्याच्या पाठीशी. जेरेशास्त्री, आम्ही मात्र जन्माचे
उपाशी.

अग्निहोत्री : अशा डोळे फाडून काय बघताय? हां, तुम्हाला
काय, तुम्ही राहुटीत भक्कम रसदेचा आणि पाण्याचा
साठा करून ठेवला आहात.
(त्यांच्या वाढत्या दंग्याने पार्वतीबाई घाबरतात.)

जेरेशास्त्री : फौजेला सजा आणि खाशांची मजा.

अग्निहोत्री : मी सांगतो आत पाणी आहेच.

पुनाळकर : अरे, बघता काय? घुसा रे घुसा डेऱ्यात.

पार्वतीबाई : शास्त्रीऽ थांबा, थांबा.

अग्निहोत्री : अरे, काय ऐकता? घुसा आतऽऽ (सर्वजण जुलमाने
घुसतात. आतले सामान बाहेर फेकतात. पाण्याच्या
घागरी हलक्या आणि रिकाम्या ठणठणीत, सर्वजण
चक्रावून जातात.)

पार्वतीबाई : वाऽ! शास्त्री-पंडित! तुम्ही तर बुद्धीचे बृहस्पती,
समाजमनाला वळण देणारे. फुकटचा तमाशा करून
काय साधलेत? आपल्या सेनापतीच्या गोटातही
पाण्याचा थेंब नसल्याचा रणांगणावर पंचनामा

केलात. झाकली लाज चव्हाट्यावर टांगलीत. वाऽ खंध्या पुरुषांच्या हिमतीला खांदा देण्याचं पुण्याईचं काम... वैरी नव्हे... तुमच्यासारखे भाईबंद करताहेत.

<table>
<tr><td>पुनाळकर</td><td>:</td><td>पोटाच्या पखालीत पाण्याचा थेंब नाही, अन्नाचा कण नाही.</td></tr>
<tr><td>अग्निहोत्री</td><td>:</td><td>सटवीने काय लिहिले आहे ललाटावर कोणास ठावे!</td></tr>
<tr><td>जेरेशास्त्री</td><td>:</td><td>सर्वनाशऽ सर्वनाशऽऽ धरतीला पाप साहिना!</td></tr>
<tr><td>पुनाळकर</td><td>:</td><td>कालवा काय आटता!</td></tr>
<tr><td>जेरेशास्त्री</td><td>:</td><td>अस्मानातून तारा काय निखळता!</td></tr>
<tr><td>पुनाळकर</td><td>:</td><td>अगदी विषारी उल्कापात!</td></tr>
<tr><td>जेरेशास्त्री</td><td>:</td><td>तो नुसता आठवला तरी अंगात ही अशी हुडहुडी भरते!</td></tr>
<tr><td>अग्निहोत्री</td><td>:</td><td>जोशीबुवा ! आधी भाऊसाहेबांची पत्रिका काढाच बरे कशी.</td></tr>
<tr><td>पुनाळकर</td><td>:</td><td>पाहू घ्या एकदाचे त्यांचे कपाळकरंटे ग्रह, आम्हाला अजून किती फरपटत नेणार आहेत ते!</td></tr>
<tr><td>जेरेशास्त्री</td><td>:</td><td>शिव, शिव! अशी वाईट पत्रिका जन्मात पाहिली नाही.</td></tr>
<tr><td>अग्निहोत्री</td><td>:</td><td>(पत्रिकेत डोकावतात) अन् असे राक्षसी ग्रह.</td></tr>
<tr><td>पुनाळकर</td><td>:</td><td>असा पांढऱ्या पायाचा सेनापती.</td></tr>
<tr><td>सर्व शास्त्री</td><td>:</td><td>त्रैलोक्यात झाला नाही. (पाठीमागे उभे असलेले भाऊसाहेब पुढे येतात.)</td></tr>
<tr><td>भाऊसाहेब</td><td>:</td><td>अरे, गरळ ओकणाऱ्या सर्पांनो, बंद करा ही विषारी बडबड! एकही शब्द अधिक उच्चाराल, धर्माच्या नावाखाली स्वतःच्या कर्मावर पांघरूण घालण्याचा प्रयत्न कराल, तर तुमच्या वळवळत्या जिभा मुळापासून उपटून काढेन. (अनेकजण सरळ त्यांच्या पायावर कोसळतात. गडाबडा लोळतात. लोटांगण घालतात.)</td></tr>
<tr><td>बुणगे</td><td>:</td><td>भाऊऽऽ वाचवा हो या प्राणसंकटातून!</td></tr>
<tr><td>बुणगे २</td><td>:</td><td>चण्याला महाग झालो हो आम्ही.</td></tr>
</table>

जेरेशास्त्री	:	ओरबाडायला झाडाला पालाही उरला नाही. भाऊ, माघार तरी घ्या.
अग्निहोत्री	:	किंवा शरण तरी जा.
भाऊसाहेब	:	माघार? अरे सोडा विचार! मराठ्यांचा जन्म माघारीसाठी नसतो. जळून खाक होण्यासाठी असतो आणि दौलतबुडव्यांनो, आता शरण जाऊन तरी मरण चुकणार आहे का?
जेरेशास्त्री	:	आम्हाला चारचार दिवसांचा उपास.
भाऊसाहेब	:	खामोषऽ! बांडगुळांनो, तुम्ही आमच्या रसदेचा रस शोषून फस्त केलात.
अग्निहोत्री	:	पण भुकेपुढं आम्ही तग कसा धरायचा?
भाऊसाहेब	:	भुकेच्या क्षुद्र थैमानापेक्षा हिंदभूमीच्या मुक्तीचाच ध्यास महत्त्वाचा. उत्तर प्रांतीचे मी-मी म्हणणारे अमीर उमराव परांगदा झाल्यामुळे इतिहासानंच ही जोखीम मराठ्यांच्या मनगटावर सोपविली आहे. अशा सुवर्णसंधीकडे पाठ फिरवण्याऐवजी पानिपतच्या वाटेवर वाट लागली तरी बेहत्तर! मुकाट्यांनं शांत राहा. माझं अख्खं लष्करही उपाशी आहे.
सर्वजण	:	पण आमचे भवितव्य तरी काय?
भाऊसाहेब	:	फौजेचा कर्ता या नात्यानं तुम्हाला महाराष्ट्रात पोचवायची जोखीम आमची.
सर्वजण	:	उपकार होतील.
भाऊसाहेब	:	पण याद राखा! हुल्लडबाजी करून माझ्या सैन्याचं मनोबल खच्ची करण्याचा प्रयत्न कराल तर वैऱ्याआधी तुम्हावर वरवंटा फिरवेन. चला, निघा आपल्या राहुटीत.

(बुणगे जातात. पार्वतीबाई धावत जाऊन भाऊसाहेबांना मिठी मारतात.)

| पार्वतीबाई | : | नाथ! माझं कुंकूच नव्हे तर या बुणग्यांनी महाराष्ट्राचं सौभाग्य धोक्यात आणलं आहे. अजून वेळ गेलेली |

नाही. ही भुतावळ मागे टाका. पडाऽ, सड्याने
दुष्मनांवर तुटून पडा.

भाऊसाहेब : पार्वतीऽ! आपल्या घराघरात महाराष्ट्र धर्माचा पहिला
पाठ शिकवला जातो. प्राण कंठाशी आले तरी
पहिली काळजी स्त्रियाबाळांची, चाळीस हजार
स्त्रिया-पोरे त्या सैतानांच्या तोंडी देऊन विजय
मिळवू? त्यापेक्षा पराभव परवडला.

पार्वतीबाई : स्वामी!

भाऊसाहेब : हा चक्रवात, उलटा वारा आमच्याच भोवती का
घोंघावतोय? ज्या डगरीवर पाय ठेवावा ती
हिमकड्यासारखी कोसळून का पडते? चिंतेची वाळवी
काळजाचा लगदा पोखरते. लाख माणसा-जनावरांचा
आक्रोश बेचैन करतो.

पार्वतीबाई : स्वामी, आपण असे का गलबलून जाता. अहो,
दुःखं आम्हासारख्या सामान्य जीवांसाठी असतात.
लाखाच्या पोशिंद्यासाठी नसतात! (तलवार उचलून
हाती देते) घ्या हे खड्ग. दख्खन दौलतीच्या
राजमुकुटाची इभ्रत जपण्यासाठी, स्वामी... तुम्हाला
काळ होऊन झुंजावंच लागेल. (भाऊसाहेब
पार्वतीबाईंना जवळ ओढतात.)

भाऊसाहेब : लाडके, कुठं शिकलीस हे सारं?

पार्वतीबाई : आगीशी संसार करायचा तर धगीची सवय करून
घ्यायला नको का?

(पार्वतीबाई आत निघतात. काळच मराठ्यांचा
वैरी झाला आहे अशा आशयाचं एक गीत गारदी
गातात.)

दुष्मन झाला काळ, असा हा दुष्मन झाला काळ!
धरती पायाखाली
फाटुन सारी गेली
उरल्यासुरल्या पुण्याईचे फुटले हाय कपाळ,
दुष्मन झाला काळ, असा हा दुष्मन झाला काळ!

विश्वासराव : पाणी नाही. अन्न नाही. चारा नाही. उपासमारीनं उभी जनावरं धडाधड कोसळून पडू लागली आहेत. भाऊकाका, अशा पडझडीतही समरांगणावरचा आपला वावर, आपली हिंमत, आपल्या ध्येयाची उंची पाहिली की आम्हाला आमच्या देहाचे थिटेपण प्रकर्षाने जाणवते.

भाऊसाहेब : म्हणून आपण शिकस्त खाल्लीत? श्रीमंतांना मुळूमुळू खलिता धाडलात? पेशव्यांच्या पुत्राला रणावरच्या उन्हाची भीती वाटत असेल तर त्याने इथे क्षणमात्र थांबू नये. पथक देतो सोबतीला. रांडेसारखे लुगडं नेसा आणि दक्षिणेची वाट धरा.

विश्वासराव : काका! रणाला पाठ दाखविण्याऐवजी तलवारीने स्वतःची शाका करेन. पण पाहीन जीवन तुमच्याच सोबतीनं आणि स्वीकारीन मरण तुमच्याच संगतीनं.

भाऊसाहेब : काय, काय जरूर होती तुम्हाला श्रीमंतांना खलिता धाडायची?

विश्वासराव : पोटापाण्याच्या पेचाने बुडू लागलेले आपले लष्कर, नाकातोंडाशी पाणी लागले तर श्रीमंतांना नाही कळवायचे, मग काय वैऱ्यापुढे टाहो फोडायचा?

भाऊसाहेब : नेमका लिहिलात तरी काय मजकूर?

विश्वासराव : इतकंच—तात, या बाक्या प्रसंगी जसे असाल तसे धावून या. माझ्यासारखे अनेक पुत्र आपल्या पोटी आहेत. होतील. परंतु साता जन्मांच्या पुण्याईनं भाऊसारखा भाऊ मात्र तुम्हाला पुन्हा मिळायचा नाही.

भाऊसाहेब	:	आमची कैफियतच सांगेल. पण वाटेत असे पत्र दुष्मनाच्या हाती लागले तर? किती ओढवेल अनर्थ! आम्ही अर्धउपाशी, भुकेकंगाल असू आमच्या शिबिरात; मात्र शत्रूला दिसायला हवेत शेरहिमतीने सजलेले आमचे धमधमे आणि चौक्यापहारे. (शिपाई : जागते रहो.)
विश्वासराव	:	पण आपले उपास-हाल.
भाऊसाहेब	:	विश्वासराव, जगात सर्व गोष्टी घासदाण्याच्या बळावर पार पडतात असे नाही. उलट जिद्दीच्या आणि हिमतीच्या जोरावरच ध्येयाचा गाडा कल्पान्त पार करू शकतो. नंगे अर्धउपाशी साधू, फकीरच इतिहासाला वळण आणि राष्ट्राला वैभव देतात! एकदा उडी घ्यायची ती दडी मारण्यासाठी नव्हे! फक्त गुढी उभारण्यासाठी!
विश्वासराव	:	काका, चुकलेच आमचे.
भाऊसाहेब	:	जाऊ दे विश्वासराव. खलिता धाडायचा हा प्रमाद फक्त तुमच्याकडूनच घडला आहे असे नव्हे. दक्षिणेचा रस्ता खुला होता तेव्हा आम्हीही धाडली होती श्रीमंतांना पत्रे! पण लागले काय हाती?
विश्वासराव	:	त्यासाठी तुमचे खलिते श्रीमंतांपर्यंत पोचायला हवेत ना?
भाऊसाहेब	:	मतलब?
विश्वासराव	:	शनवारवाड्यात भाऊबंदकीने आणि बेदिलीने उच्छाद मांडला आहे. इतकेच नव्हे, 'आपल्या मोहिमेला यशसिद्धी लाभू नये' म्हणून अनेकजण पाण्यात देव घालून बसले आहेत पुण्यात.
भाऊसाहेब	:	असो. दसऱ्यालाच श्रीमंत चाळीस हजारांच्या लष्करानिशी आमच्या मदतीला बाहेर पडले आहेत; पण अजून का पत्ता नाही श्रीमंतांचा? कधी येतील?केव्हा पोचतील?
विश्वासराव	:	भाऊकाका, अन् पाण्याचा प्रश्न सुटला नाही तर

भर दिवसा पानिपतावर यमाचा दरबार भरेल!

भाऊसाहेब : त्याच चिंतेने जीव पोखरला आहे. एवढा मोठा कालवा आटतोच कसा? त्यात पंजाबकडची रसदही एकाएकी बंद का व्हावी? सव्वा लाख माणसे, ऐंशी हजार जनावरे!

विश्वासराव : अशात वळवाच्या पावसासारखे श्रीमंत अवतरले तर काय बहार येईल!

भाऊसाहेब : होऽ दिल्लीकडून श्रीमंत आणि समोरून आम्ही. मधल्या मध्ये दुराणीची दामटी वळवू. (जनकोजी धावत येतो.)

भाऊसाहेब : जनकोजी, काय झाले मेवाड मारवाडकरांचे? कुठे दडले आहेत विलासपूरचे जाट? सुजाकडून काही वार्ता? गोपाळराव बर्व्यांचा तरी खजिना पोचला?

विश्वासराव : ते बेपत्ता आहेत.

भाऊसाहेब : अरेरे! या पावण्यारावळ्यांनी महाराष्ट्र धर्माचं जेवढं नुकसान केलं आहे तेवढं औरंगजेबानंही केलं नसेल! आता फक्त श्रीमंतांच्या मंत्रपावलांत आमचे प्राण गुंतलेत. (तेवढ्यात आरोळ्या देत मल्हारराव येतात.)

मल्हारराव : भाऊऽ भाऊऽऽ धावा! धावा!

भाऊसाहेब : काय झालं मल्हारकाका?

मल्हारराव : अरं युद्धाच्या वख्तासाठी राखून ठेवलेल्या गंजी पेटल्या. लै मोठी आग भडकलीय. चला धावा. (निघतो.)
(पलीकडून दंगा ऐकू येतो. मोठ्या धडाडून पेटल्या आगीचा प्रकाश दिसू लागतो. विश्वासरावांसह सर्वजण त्या दिशेकडे धावून जातात.)

भाऊसाहेब : धावाऽऽ शक्य होईल तेवढा वैरण कडबा वाचवा! आग विझवा!
(पलीकडून आगीचा प्रचंड प्रकाश. भाऊसाहेबांची चर्या तांबूसलाल.)

अंक दुसरा

प्रवेश पाचवा

(आता जवळ जवळ मराठी फौज गलितगात्र झाली आहे. तिच्याभोवती अब्दालीच्या लष्कराचा विळखा पडू लागला आहे. बादशहाची छावणी दिसू लागते. नजीब धावत येतो.)

नजीब : लडिये ना हुजूर! मरगठ्ठ्यांचं पाणी तोडलं. रसद कापली. त्यांची पुरी गाळण उडवली. अभी क्या बचा है? लडियेऽ

अब्दाली : नजीब, जंग याने शायरी! कैसे थिरकते है लब्ज शायर- की जुबाँपर! हम अपनी शायरी तबियतसे लिख रहे है।

नजीब : लिखिए हुजूर, तबियतसे लिखिए, लेकिन हमारी तबियत खराब होनेका इंतजार मत कीजिए!

अब्दाली : मतलब?

नजीब : इतनी हालातोंके बावजूद वो भाऊ मरेठा चूप कैसा?

अब्दाली : हम जानते है।

नजीब : क्या?

अब्दाली : तो कोणाचा तरी इंतजार करतोय.

नजीब : इंतजार? अय् खुदा! अशा वख्ताला त्याला कोठून मदद मिळाली तर?

अब्दाली : अब तो वो नामुमकीन! त्यांच्या रसदेचे सारे दोर

आम्ही कापून टाकलेत.

नजीब : फक्त दोरावर किती खेळाल आलमपन्हा? चलो ऽ समशेर निकालो।

अब्दाली : हम और कुछ वख्त इंतजार करना चाहते है, क्योंकि खाली पेटही आदमीमें जोश भर देता है। बुझनेसे पहले शमा की लौ भडकती है। मरगठ्यांच्या प्रतिकाराच्या त्या धमासान जलजल्यात मला माझं लष्कर होरपळून घ्यायचं नाही.

नजीब : लेकिन आलमपन्हा...

अब्दाली : हमे अपनी शायरी अपने ढंगसे लिखने दो, नजीब।

नजीब : यदाकदा त्यांची जीत झाली तर ते मरगठ्ठे माझी कबर उखडून नदीत फेकून देतील, आलमपन्हा!

अब्दाली : मराठों की जनमपत्री मैने बहुत बारीकी से पढी है।

नजीब : ऐसाऽ फिर बताईये आलमपन्हा, मराठ्यांचा बडा दोष कोणता?

अब्दाली : खुदके बजाय हमेशा दुसऱ्यांसाठी जंग करणे आणि दुसरों- के ख़ातिर लढून मरणे हीच त्यांची पैदाईसी खराबी आहे.

नजीब : बहुत खूब, आलमपन्हा! हे ग्यान आपण कसे जाणता?

अब्दाली : सिर्फ हत्यार आणि लष्कर घेऊन आम्ही मुहीमवर निघत नाही. जिस मुल्कमें जाना है, वहाँ की आबोहवा, रियासत, सियासत और संस्कृती जाननेवाले विद्वानों का ख़ज़ाना हमेशा हमारे साथ होता है।

नजीब : पण भाऊ पेशवा...?

अब्दाली : कितीही गाझी असू दे, नजीब, मी एक अस्सल बात सांगतो. मानो, कल त्या भाऊ पेशव्याने पानिपतची जंग जितली तो.

नजीब : (घाबरून ओरडतो) बचा लो, जहाँपन्हा!

अब्दाली	: मान लोऽ मान लो. तो आप क्या समझते हो, जीत का झंडा घेऊन त्या भाऊचे भाईबंद पुणे तक पहुँचने देंगे? नहीं... हरगीज नहीं!
नजीब	: जहाँपन्हा !
अब्दाली	: तुम भी मराठों को नहीं जानते। खेकडों के जैसे ऊपर चढनेवाले की टांग खिंचके उसे नीचे गिरा देते है वो लोग और गिरनेवालो का फोकट में खूब मजा भी लेते है।
नजीब	: समजा, त्यातून एखादा कडी कोशिश करून ऊपर पहुँचा! तो?
अब्दाली	: ऊपर? ऊपर कितना ऊपर... सिर्फ दुसरी पादानतक!
नजीब	: फक्त दुसरी पायरी?
अब्दाली	: मरगठ्ठे म्हणजे फक्त पालखीचे भोई! उन्हें आखरी पादान सपने में भी हासिल नहीं होगी। दुसरी पादानकी शोभा बढाने के लिए मराठों जैसे वफादार बंदे दुनिया के बाजार- में ढूंढने से भी नहीं मिलेंगे।

(जहाँनखान गडबडीने येतो.)

जहाँनखान	: आलमपन्हाऽ आलमपन्हा, बगावत!
अब्दाली	: कैसी बगावत?
जहाँनखान	: यहाँ नहीं, वहाँ, कंदाहारमें!
अब्दाली	: साफ साफ बताईये।
जहाँनखान	: आपल्या चचेच्या भावाने तिकडे बगावतचा ऐलान केला आहे.
अब्दाली	: (चक्रावतो) या अल्लाऽ! ये कैसी कयामत, ये कैसी बगावत! वो भी हमारा चचेरा भाईऽ!
शहाबली	: आलमपन्हा, हमें फौरन निकलना होगा।
अब्दाली	: कंदाहार छोडकर हमारे लिये दुनिया बेमतलब की! चलोऽ फौरन निकलो। आज, अभी, इसी वख्त!

(नजीब आडवा होऊन पायांवर लोळण घेतो.)

| नजीब | : | नहीं, नहीं, मेरे हुजूर! जहाँपन्हा... मेरे दाता, मेरे बाप... मैं कहाँ जाऊ...? कंदाहार जानेसे पहले एकदा मरगठ्ठयांची मुळी-डहाळी जाळून, पेटवून त्या खतरनाक जातीला गंगायमुनेच्या खोऱ्यातून कायमचे हद्दपार करा, जहाँपन्हा. |

| अब्दाली | : | पहले मुझे अपने पैरोंतलेकी आग बुझा लेने दो, नजीब. नजीबऽ वापसी सफर के लिए फौरन पंद्रह दिनके दानापानी का बंदोबस्त करो। |

| नजीब | : | तुम्हाला जंग करायचा नसेल तर माझ्याच्याने एकाही दिवसाचा इंतजाम होणार नाही, हुजूर. |

| अब्दाली | : | (संतापतो) गिरफ्दार करो इस शैतानको। (अफगाण सैनिक त्याला पकडतात, तसा तो खूपच चिडतो.) |

| नजीब | : | वाऽ जमाई राजासारखे तुम्हाला दोन दोन साल पोसले. आप लोगोने आम तो आम गुठलियों को भी नहीं छोडा। पूरा हिंदुस्तान खरोजकर तुम्हारे मूँहमें डाल दिया, ऊपर जंग का नामोनिशाण तक नहीं! कबतक हमे निगलते रहोगे, नामर्दों... (अब्दाली त्याच्या मुस्काटात मारतो.) |

| अब्दाली | : | नजीब, हमे रसद चाहिये रसद! |

| नजीब | : | लगातार जंगच्या माहोलमध्ये काही उगवलंच नाही तो मैं अनाज लाऊँ कहाँसे? |

| अब्दाली | : | चलोऽ याला घोड्याच्या पायांना बांधा. कंदाहारपर्यंत फरपटत घेऊन चला. (नजिबाला ओढत नेऊ लागतात.) |

| नजीब | : | हुजूर, हुजूर. सुनिये तो सही। रस्त्यात एक लाख मरगठ्ठे बसलेत. पानिपत पार कसे करणार, हुजूर? समझो, मरगठ्ठे हरले, आपली फतेहभी झाली. फिर भी सफर केलिये रसद का क्या? |

| अब्दाली | : | याने? |

| नजीब | : | रसदेची खडीशक्कर पैदा कशी करायची, हे |

		हिंदुस्तानात सिर्फ नजीब जाणतो जहाँपनाह!
अब्दाली	:	अजी नजीबसाहब, आपहीने जिहाद का ऐलान किया था। हम तो आये आपही के वास्ते।
नजीब	:	म्हणून तर अजून एक साजिंदा खबर सांगतो, जहाँपन्हा।
अब्दाली	:	कौनसी?
शिपाई	:	वो पुनेका बम्मन पेशवा चालीस हजार की कडी फौज लेकर हमारी तरफ बढ रहा है।
नजीब	:	भागोगे तो भी कहाँ जाओगे आप? आगे भाऊ और पीछे पेशवा! क्यूं मेरे जिल्लेसुभानी!
अब्दाली	:	ये कैसा धोखा परवरदिगारऽ!
नजीब	:	क्यूं आलमपन्हा?
अब्दाली	:	बदमाष, मेरे तकदीर की डोर तुमसे इतनी क्यूं जुडी हुई है?
नजीब	:	किब्लाये आलम इतनाही नहीं। नजीब की तकदीर अब्दाली पातशहा के साथ, अब्दाली की किस्मत मराठों के साथ और मराठों का नसीब पानिपत के साथ... आलमपन्हा, कुदरतने एक अजीब खेल रचा है। आपकी ख्वाईश हो या न हो, आपको तो ये खेलनाही होगा, हुजूर। हत्यार उठाईये, हुजूर!
अब्दाली	:	हां..हां... उठायेंगे...पूरी ताकद से लडेंगे। लडेंगे...ऐसे लडेंगे की दुनिया सिर्फ देखती रह जायेगी। (बाणाने एक चंद्रकोर आखतो.) ये है हिलाल चंद्रकोर.... हमारी फौज... एक तरफ अमीर बेग, बीचमें वझिरे आझम और दाहिने हाथ को नजीब तुम... तुम्हारी बगल में सुजा का लष्कर रहेगा।
नजीब	:	वो सुजा और मेरे बगलमें...?
अब्दाली	:	जंग का पल्डा जरा भी हिल गया, तो सुजा मराठों से जा मिलेगा...
नजीब	:	गुस्ताखी माफ हुजूर। मैं उसे बगलमेंही दबा दूंगा।

अब्दाली	:	मराठे कित्येक दिवसांचे भूखे आहेत. उनका पहला हमला पानी की तेज धार की समान होगा। नतिजे में हमारे सिपाही मैदान छोडके भाग सकते है। त्यांच्या समाचारासाठी पाच हजारांची फौज तैनात ठेवा, कुल्हाडीवाले! जो नहीं लडेगा उसके हाथ काट दो। जो भागेगा उसके पैर तोड दो, और जो भागनेकी सोचेगा उसकी गर्दन उडा दोऽ! तामिलीऽ (सर्वजण निघतात. शेवटी वजीरही निघतो.)
अब्दाली	:	वजीरे आझम?
शहाबली	:	जी, जहाँपन्हा!
अब्दाली	:	एक वख्त हिंदुस्तानके मिट्टीमें कंदाहार का ताज गिर भी जाये तो परवाह नहीं। लेकिन हमारी इज्जत की हिफाजत होनी चाहिये।
शहाबली	:	जी, जहाँपन्हा!
अब्दाली	:	अगर हमारे हारने का थोडा भी अंदाजा हुआ तो वही हमारी बेगम को कत्ल कर डालो। (वजीर अवाक होऊन पाहत राहतो.)

अंक दुसरा

प्रवेश सहावा

(भाऊ विमनस्क, हताश दिसतात. दुसरीकडून बुणगे. त्यापाठोपाठ गारदी. मराठा स्वार तलवारी, भाले घेऊन आर्जव करीत येतात.)

मराठा स्वार,
गारदी आणि
बुणगे (गातात) : *मरण उद्याचे आज आले,*
नको नको हे जगणे झाले,
भाऊ, घ्या तलवार, उंचवा भाले,
हाती घ्या तलवार, म्हणा एल्गार, उंचवा भाले!
(आक्रोश थोडा कमी होतो. पुन्हा दरबार दिसतो.)

भाऊसाहेब : विश्वासराव, सैनिकांना अजून थोडी कळ काढायला सांगा.

विश्वासराव : आता कशासाठी थांबायचे. खडे वीर धारातीर्थी कोलमडून पडू लागलेत. चकमकीत ठार झालेल्या सैनिक, जनावरांची प्रेते दोन्ही दलांच्यामध्ये सडताहेत. त्यांची ती उग्र विषारी दुर्गंधी सहनही होत नाही.

भाऊसाहेब : बारुदाची उटी अंगाला लावून आगीशी फुगड्या खेळायची तयारी आम्ही केव्हाच ठेवली आहे.

विश्वासराव : मग इंतजार कसला?

भाऊसाहेब	:	आपल्याच तीर्थरूपांचा! श्रीमंतांचा!!
विश्वासराव	:	ते कसले येताहेत आता?
भाऊसाहेब	:	इतकेही कोरडे होऊ नका, विश्वासराव. श्रीमंत तर दौलतीचे कर्तेकरविते! राज्याचे हित-अहित त्यांना चांगले कळते.
विश्वासराव	:	पण अजून...
भाऊसाहेब	:	आता कोणत्याही क्षणी अवतरतील ते. मिळून गिलच्याला भाजून काढू.
मल्हारराव	:	भाऊ, आरं आजून किती हात आखडून बसायचं?
भाऊसाहेब	:	पथके तयार ठेवा. बारुदाच्या पेट्या तोफांच्या तोंडाजवळ न्या.
मल्हारराव	:	कसं भिडायचं गनिमाला?
भाऊसाहेब	:	गोलाची लढाई.
मल्हारराव	:	ऐक भाऊ, घात होईल!
भाऊसाहेब	:	सुभेदार! या मुद्द्यावर खल करून मेंदूचं वारूळ झालं आहे.
मल्हारराव	:	पण गोलात?...
भाऊसाहेब	:	दुर्दैवाने हरलो तर पुण्यापर्यंत काही जण बातमी तरी घेऊन पोचतील. पण या सपाटीत गनिमी काव्याचं हत्यार अंगलट येईल. एकाही शेंडी-पगडीची निशाणी मागे उरणार नाही. बुणगे, स्त्रिया, पोरे पोटात घेऊ. सभोवार तोफांचे कडे उभारू. नेटाने दिल्लीकडे सरकू.
मल्हारराव	:	गिलच्याने रस्ता रोखला तर?
भाऊसाहेब	:	सरळ संगरतांडव!
विश्वासराव	:	आणि त्याने बगल दिली तर?
भाऊसाहेब	:	दिल्लीवर धाव. पुन्हा कंबर कसून पुढ्या तयारीनिशी गिलच्यावर उलटून पडू.
इब्राहिम	:	भाईऽ भगवान के वास्ते एकही मेहरबानी कर ना! एक मर्तबा गर्दनी उडाल्या तरी बेहत्तर, पण गोल मोडण्याचे पाप कोणीही करू नका.

भाऊसाहेब	:	एखादा विचार पटला नाही म्हणून फाटे फोडू नका, सुभेदार, विंचूरकर-गायकवाड?
मल्हारराव	:	ही घ्या जोंधळ्याची शपथ. मरेस्तोवर साथ करू.
विंचूरकर	:	हा त्र्यंबकेश्वराचा टाक. त्यावर हात मारून शपथ घेतो.
गायकवाड	:	खंडेरायाची आण. तुम्ही तर आम्हाला पुत्रासमान.
भाऊसाहेब	:	बसऽ अजून काय हवे आम्हाला? शिवाजी-बाजीची पुण्याई अजून संपलेली नाही. मानी मराठ्यांनो, असेच एक राहाल, नेक राहाल तर गोवर्धनासारखा हिमालयही तळहातावर उचलून घेऊ! गाजत गर्जित दक्षिणेत जाऊ.

(तेवढ्यात एक मराठा मामलतदार कोल्हटकर धावत येतो.)

कोल्हटकर	:	भाऊसाहेब... श्रीमंत ! श्रीमंत!
भाऊसाहेब	:	विश्वासरावऽऽ श्रीमंत आले!
विश्वासराव		
भाऊसाहेब	:	(दोघे आनंदून ओरडतात) श्रीमंत आले, श्रीमंत आले. (कोल्हटकर चूप)
भाऊसाहेब	:	कोल्हटकर?
कोल्हटकर	:	भाऊसाहेब... श्रीमंत नाही आले, पण त्यांचे शुभमंगल झाले.
सर्वजण	:	काय?
कोल्हटकर	:	इकडे येण्यासाठी बाहेर पडलेल्या श्रीमंतांनी पैठण मुक्कामी विवाहकर्म केले. तेही एका नऊ वर्षाच्या पोरीशी. (कोलाहल माजतो.)
विश्वासराव	:	(हताश होतो) काकाऽ आपल्यासोबत मोहिमेवर आलो हेच आमचे भाग्य! नाहीतर पित्याचा करवला बनून मंडपात मिरवायचे दुर्भाग्य नशिबी आले असते.
भाऊसाहेब	:	श्रीमंतांच्या सोबतच्या फौजा तरी कुठे आहेत?
कोल्हटकर	:	उभ्या लष्कराचे वऱ्हाड बनले आहे. वाटेत

जेवणावळीची धुळवड उडाली आहे.

भाऊसाहेब : वाऽ श्रीमंत वाऽ! तुम्ही पण काय निवडलात मुहूर्त! इकडे उपासमारीनं हैराण झालेली महाराष्ट्रलक्ष्मी पानिपतावर व्याकुळ होऊन टाचा घासत आहे आणि तिकडे आपण अंगाला हळद फासून या वयात गुडघ्याला बाशिंग बांधले? अहो, तुमचा तिकडे रुखवत सजला असताना इथे रणांगणावर वैरी मराठा लष्कराच्या पापड-कुरडया भाजतोय. श्रीमंत, वाऽ आपण पण काय निवडलाय मुहूर्त! झाडाच्या पाल्यावर जनावराआधी इथे स्वारशिपाई तुटून पडताहेत. शाडूच्या मातीला पुरणपोळी मानून आम्ही भुकेचा आगडोंब शमविण्याचा यत्न करतो आहोत. उत्तुंग ध्येयाच्या हंड्या झुंबरात अडकलेल्या आमच्या जिद्दी जिवाला ही अशी दुष्ट वार्ता ऐकविण्यासाठी श्रीमंत, श्रीमंत तुम्ही पण काय निवडला हो हा मुहूर्त ! अब्दालीसारख्या शत्रूच्या रेट्यापुढे आपले झेंडे सावरणार नाहीत आणि पानिपतावर मराठा जिंकला तर तो आवरणार नाही, या हिशोबी वृत्तीने इथले हिंदू राजे, जाट, शीख, रजपूत, मुसलमान आपापल्या बिळात उंदरासारखे लपून दुरूनच तमाशा बघत आहेत. तरीही जिद्दीचा ज्वालामुखी चेतवत आम्ही ठाण मांडून आहोत! श्रीमंत, मृत्यूची भीती तरी कोणाला? मरण म्हणजे मनुष्यदेहाच्या दरवाजावरले अखेरचं तोरण! जग रीत मेल्या मुडद्याचाही हळदकुंकवाने मळवट भरते. मात्रऽ आमचे जिवंत देह.. आसुसले होते राष्ट्राभिमानासाठी आगीत रक्तस्नान करायलाऽ! आपण येणार, येणार. येता आहात, येता आहात अशा भुलीमध्ये जरी आम्हाला गुंग ठेवले असते तरी आमच्या रिकाम्या पोटांनी गिलच्याला यमुनेत गाडला असता हो. लक्ष लक्ष नक्षत्रांचं तारांगण

उद्ध्वस्त करण्यासाठी काळाने आणि मातेचा भरला
मळवट पुसण्यासाठी बाळाने पण काय निवडला
हा मुहूर्त!... श्रीमंत, आपण काय निवडलात हो
हा मुहूर्त!... (बोलता बोलता भाऊ खाली
कोसळतात. सर्वजण हतबल. बराच वेळ जातो.
शेवटी मल्हारबा पुढे येतात.)

मल्हारराव : जाऊ दे! ऊठ, पोरा ऊठ!

विश्वासराव : काका उठा! काका उठा!

जनकोजी : भाऊकाका उठा!

पार्वतीबाई : (पुढे येते. त्यांच्याजवळ बसते.) स्वामी! उठा!
आता, कशाकशाची पर्वा करू नका. आपण मेले
नि जग बुडाले. स्वामी, आता आपण फक्त लढावे!
लढावे! ऐसे लढावे माझ्या कुंकवाच्या कमानीला
हिऱ्यामाणकाचे तेज चढावे.

भाऊसाहेब : *आता, ढासळोत कितीही अरिष्टांचे डोंगर. कोसळोत*
आभाळकडे!
कोसळोत नक्षत्रांचे मांडव
करू दे संकट सरितेला खुशाल तांडव!
उद्याची सूर्यकिरणं फाकतील,
ती केवळ आमच्या ढाली तलवारींच्या ठेक्यावरच
जिवंतपणी आग होऊन आम्ही जळूच,
परंतु मेलो-गेलो तरी असे काय लागणार त्या
मृत्यूच्या हाती? ओढेल तो आमचे रक्ताळलेले
मुडदे,
मात्र काळाच्या पाठीवर उरतील स्फूर्तीच्या लक्ष
लक्ष रांगोळ्या!
आमचं बलिदान भावी पिढ्यांना देईल याद,
पानिपतावरचा महासंग्राम झडला होता
केवळ देशाच्या एकजुटीसाठी
मातीच्या अस्मितेसाठी आणि स्वातंत्र्याच्या तृष्णेसाठी!
मर्द मावळ्यांनोऽ

शिवाजी-बाजी संताजीच्या दत्ताजीच्या वंशजांनो
उठाऽऽ पेटाऽऽ
आता हटणे नाही, मिटणे नाही
आम्ही युद्धाचे सोबती
आम्ही युद्धाचे सोबती
हर हर महादेऽ

अंक दुसरा

प्रवेश सातवा

(गारद्यांचे गाणे)

फौजा आल्या भिडायला आमनेसामने,
फौजा आल्या लढायला आमनेसामने,
दैव टाकतसे फासे,
काळ विकट हा हासे
मौत आली शोधायला आमनेसामने
फौजा आल्या लढायला आमनेसामने,
अटळ हा पाश आहे,
अटळ हा नाश आहे,
निघालेत बुडायला आमनेसामने
फौजा आल्या लढायला आमनेसामने
(गाणे संपताच समोर मोठमोठ्या तोफा दिसतात.
त्यांच्या बरोबरीने इब्राहिम गारदीचे पथक गोळागोळी
करत आवेशाने बाहेर पडल्याचे दिसते.)

इब्राहिम	:	वा मेरे बहादुरोऽ चलो मारोऽऽ हर हर महादेव!
		(इतक्यात जनकोजी धावत धावत येऊन सांगतो)
जनकोजी	:	खानसाहेब, आपला सख्खा भाऊ ठार झाला.
इब्राहिम	:	भाऊ? (थबकतो) हूं! लेकिन भाऊस्वामी कैसे

है?

जनकोजी	:	भाऊ जोशात लढताहेत. जिकडे-तिकडे आपलीच सरशी होतेय.

इब्राहिम : वाऽ! भाऊसाहब को कह दो, के जबतक इब्राहिम जिंदा है तबतक इस मोर्चे की चिंता न करें!
(दुसरीकडे अफगाणांच्या मुख्य लष्कराचा झुंजता भाग दिसतो. मराठ्यांकडून जोरदार गोळागोळी सुरू आहे. गारद्यांच्या आगीने अफगाण हतबल. अनेक अफगाण घाबरून माघारी पळू लागले आहेत. त्यांना 'पळून जाऊ नका' असे गयावया करत वजीर सांगतो आहे.)

शहाबली : हरामजादोऽऽ ठहरो! ठहरोऽऽ

अफगाण : चलोऽ निकलोऽ भागोऽऽ

शहाबली : ठहरोऽऽ ठहरो बेवकूफो! भागो मत! लडोऽऽ
(पळापळ सुरूच आहे. तोच अब्दाली आपले फरशधारी सैनिकांचे पथक घेऊन येतो. पळणारे शिपाई पाहून खवळतो.)

अब्दाली : इनका पैर काट दो। मारोऽ तोडो दगाबाजों को।
(पथकातील शिपाई पळणाऱ्या सैनिकांचे पाय कचाकच तोडू लागतात, तसे ते विव्हळत खाली पडतात. अनेक जणांना रोखले जाते. तोच पातशहाचे लक्ष समोरच्या मराठ्यांकडे जाते.)

अब्दाली : वाहऽ! मराठों, क्या लड रहे हो!
(पुन्हा इब्राहिमचे पथक दिसू लागते. इब्राहिम अतिशय उत्साही.)

इब्राहिम : चलो यारोंऽऽ घुसो! अब्दालीच्या फौजेत दरारे पडली. बीचमें घुसो. चलोऽ आगे बढो ऽऽ मारो ऽ हर हर महादेव
(तितक्यात गायकवाड आणि विंचूरकर धावत येतात.)

दोघे : हर हर महादेव...

इब्राहिम : (जिवाच्या जोराने ओरडतो) ठहरोऽ ठहरो! गोल मत तोडो भाई।

गायकवाड : अरे, आमच्याबी अंगात रग आहे!

इब्राहिम : अरे, गोल मत तोडो. (तरीही गायकवाडांचे पथक पुढे सरकतेच) मै हाथ जोडता हूँ। बीचमेंसे मत घुसो। ऐसा मत करो। गोल मत तोडो।
(इब्राहिमच्या तोफांच्या पुढेच गायकवाड आणि विंचूरकरांची पथके धावू-पळू लागतात.)

इब्राहिम : अब तोफे किसपर चलाऊँ?
(इब्राहिम हताश दिसतो. तो आक्रंदतो. अब्दालीची बाजू दिसू लागते. चिंताग्रस्त अब्दाली दुर्बिणीतून समोर पाहतो आहे. तो एकाएकी बावरतो.)

अब्दाली : या अल्लाऽ मराठों की आग उगलनेवाली तोफे अचानक खामोष कैसे हो गयी, आगे घुसोऽऽ
(जहाँनखान खुशीने धावत येतो.)

जहाँनखान : त्यांचे घोडे आणि जवान आठ-आठ दिवसांचे भूखे-प्यासे आहेत, आलमपन्हा, और सूरज भी हमारे साथ है।

अब्दाली : वो कैसे?

जहाँनखान : सूरज की तपती किरणों से उनके भूखे घोडे और सिपाही बेहोष होकर गिर रहे है।
(गर्दीतून हत्ती धावत येतो. सोबत जरीपटक्याचे निशाण. एक बाण लागतो. विश्वासराव हत्तीवरून खाली कोसळतात. ''विश्वासऽऽ'' अशी आरोळी ठोकत भाऊसाहेब पुढे धावतात. भाऊ आणि पार्वतीबाई मुड्घ्यावर पालथे पडतात. आक्रोश करतात. भाऊंच्या अंगात रणज्वर चढतो. भाऊसाहेब त्वेषाने उठतात.)

भाऊसाहेब : हटा तटाने पेटा पेटा रेऽ मर्द मावळ्यांनो, उठा, उठा, चला हाणा (दिसेल त्याला 'हाणा हाणा' असे खुणावत पुढे गर्दीत मिसळतात. बुणग्यांची

पळापळ, धावाधाव)

राऊत १ : (ओरडत) निशाणाचा हत्ती गेला रे!

राऊत २ : झेंडा पडू देऊ नका. झेंडा सावरा!
(गर्दीचा फायदा घेऊन एका बाजूने सरदार विंचूरकर, मल्हारराव आणि सरदार गायकवाड हे जुने सरदार दबकत्या पावलाने बाहेर पडू लागतात.)

विंचूरकर : पळाऽ जीव वाचवा!

गायकवाड : रणाचे पारडे फिरले!

जनकोजी : कुठे? कुठे चाललात गायकवाड, विंचूरकर आणि मल्हारजी होळकर तुम्हीसुद्धा?

मल्हारराव : चल, तूही निघ पोरा.

जनकोजी : अरे, मीठमाजुऱ्यांनो! त्या तिथे मुडद्यांच्या राशीत बेवारस होऊन पडलेल्या पेशव्याच्या पोराकडे तरी बघा. एखाद्या वस्त्राचा तुकडा तरी झाका विश्वासबाळाच्या बेवारस देहावर!

विंचूरकर : पोरा, संपलं सारं, भाऊंवर गर्दी झाली.

जनकोजी : म्हणून काय झाले? त्या मर्द मावळ्यांची रणमस्ती पाहून इरेसरीने तुमचे देह पेटण्याऐवजी तुमची म्हातारी हाडे बघा कशी लाजेनं लटपटताहेत. थूत् तुमच्या...
(इतक्यात दुरून भाऊसाहेबांचा ''हाणाऽ हाणाऽ मारा'' असा आवाज येतो. ''भाऊ आलोच मी'' असे ओरडत जनकोजी तिकडे धावतो. हे तिघे दबक्या पावलाने हळूच रणातून पळ काढतात.)

(तिन्हीसांज. सूर्य अस्ताकडे झेपावतो आहे. भाऊ एका हातात तलवार आणि दुसऱ्या हातात भाला घेऊन पुढे धावतात. अंगावर अनेक जखमा. धुराने... धगीने सर्वांग माखलेले. गळ्यात पाचूच्या माळा. त्या चमकतात. त्यावरूनच ते भाऊ

असल्याचे ओळखू येते. ते दिसेल त्याला चेतवीत लढत पुढे चालले आहेत.)

भाऊसाहेब : हाणा...हाणा. चला. दरेकर, पवार, कडू, काकडे - अहो डफळे, भोईटे बघता काय?

जनकोजी : बस. भाऊसाहेब बस. क्षात्रधर्माची शर्थ जाहली. आपल्या निधड्या निर्धारापुढे पर्वत कोसळून पडतील. आता निघावे.

भाऊसाहेब : कोणत्या दिशाकोनात जावे?

जनकोजी : दक्षिणेत चलावे.

भाऊसाहेब : दक्षिणेत? विश्वास बाळाला मुडघ्यांच्या राशीत ठेवून? ज्या सहस्र वीरांनी पानिपतचे पुण्यपथ केले त्यांच्या आत्म्यांना निरोप देऊन?

जनकोजी : निघावे.

भाऊसाहेब : निघावे. पुण्याशी कैसे तोंड दाखवावे? यापरी लढावे. लढता लढता मरावे. मरूनी घडावे. जय गजानना... जय जगदंबा!

(भाऊ लढताहेत. तोच अफगाण्यांचा एक जथा येतो. जनकोजीला घेरतात. पाठीमागून दोर फेकतात. पकडतात. बांधून घेऊन जाऊ लागतात. भाऊ दूर धुंदीत लढतच आहेत.)

जनकोजी : (ओरडतो) भाऊ भाऊ... तुम्हाला सोडून कसा जाऊ? (भाऊसाहेब बेधुंद "हाणाऽ हाणाऽ" असे ओरडत निकराने लढताहेत. पाच अफगाण त्यांना घेरतात. भाऊ चौघांना लोळवतात. पाचव्यावर 'हर हर महादेव' म्हणत भाला फेकतात, तोच एक अफगाण तलवार फेकून मारतो. भाऊंचे शिर तुटते.

सूर्य क्षितिजाआड जातो. कुंद वातावरण. सूर्यास्त होतोय. भिरभिरता वारा. विजांचा कडकडाट. साखळदंडाचा आवाज. इब्राहिम दिसतो. "भाऊ,

भाऊऽ भाऊराव'' अशा हाका. मोडल्या रणांगणात
सुरुवातीचे गारद्यांचे आत्मे दिसतात. सोबत मराठे
स्वार, डफवाले गारदी समोर. रणांगणाकडे बोट
दाखवतात.)

गारदी : ये है पानिपतकी असली कैफियत!

मराठे : गारदी बांधवांनोऽ माफ करा. गेली अडीचशे वर्षे
आम्ही गलतफहमीमध्ये होतो. न उरले आता
आमच्यासाठी हे पानिपत! हे तर आमचे पुण्यपथ!

(इतक्यात साखळदंडामध्ये बांधलेला इब्राहिमखान
''भाऊस्वामीऽ भाऊस्वामीऽऽ'' अशा हाका मारीत
येतो. तेवढ्यात भाऊसाहेबांचा कंपभरा आवाज
सर्वांच्या कानावर पडतो.)

भाऊसाहेब : इब्राहिमऽ ! अरे, असा किती काळ मला शोधत
फिरणार आहेस! त्याऐवजी जा, माझ्या महाराष्ट्र
देशी जा. सांग माझ्या बांधवांना. म्हणावं, मायबाप
हो, सावधान! जोवर या मातीत भाऊबंदकीची
आणि बेदिलीची बीजं आहेत, गद्दारीच्या फड्या
निवडुंगाला मौत नाही, बेजबाबदारीला, लाचारीला
आणि लाथाळीला अंत नाही तोवर मराठी मातीच्या
भाळी, पानिपतचा मळवट पुनःपुन्हा भरला जाणार
आहे. पानिपत एकदाच नव्हे अनेकदा घडणार
आहे! सावधान!

गारदी : *मरणाला भिउनी जगती ते हजार वेळा मरती,*
रक्ताने तुझिया भाऊ! ही पावन झाली धरती!
रणगाजी देशामाजी दुसरा न तुजपरी भाऊ,
रणगान तुझिया शौर्याचे इतिहास लागला गाऊ!
या पराजयाने तुझिया विजयाची लिहिली गाथा,
कुर्बानी देशासाठी, मरणही लववितें माथा!